ജഗത്ത് എന്ന ആൺകുട്ടി

ശ്രീജിത്ത് പരമേശ്വരൻ

കായംകുളം പുല്ലുകുളങ്ങരയിൽ പരേതനായ പരമേശ്വരൻ പിള്ളയുടെയും, റിട്ടയേർഡ് അദ്ധ്യാപിക ശ്രീദേവിയമ്മയുടെയും മകനായി ജനനം. 1994 ൽ അദ്ധ്യാപകവൃത്തിയിലേക്ക് കടന്നു. ഇപ്പോൾ പുല്ലുകുളങ്ങര എൽ.പി. എസിലെ പ്രഥമാദ്ധ്യാപകൻ. അദ്ധ്യാപികയായ രാധികാ കൃഷ്ണനാണ് ഭാര്യ. ഏക മകൾ അദ്രിക.

വിലാസം:
SREEJITH.P
MANNUTHARA
KANDALLOOR NORTH
PATTOLI MARKET.P.O PIN 690531

ശ്രീജിത്ത് പരമേശ്വരൻ

ജഗത്ത് എന്ന ആൺകുട്ടി

(ബാലസാഹിത്യം)

മാക്സ് ബുക്സ്
കോട്ടയം
2023

Jagath enna Aankutty
By Sreejith Parameswaran
Malayalam Childrens Novel

Published by:-
MAX BOOKS
Maxlive Media Solutions Pvt Ltd.
Muppathiyil Building, Muttambalom Post,
Kanjikuzhy, Kottayam 686 004
maxlivemediasolutions@gmail.com
maxbookskerala@gmail.com
Ph: 90740 98776

Cover Design: Rajesh Chalode

Printed in India
at MAX

Edition:
First Editon January 2023
Copies: 1000

ISBN: 978-93-91085-49-0

പ്രസാധകക്കുറിപ്പ്

സമകാലികസമൂഹത്തിന്റെ സമസ്തമേഖലകളിലും വ്യാപരിക്കുന്ന മഹാവിപത്തായി മയക്കുമരുന്ന് മാറിയിരിക്കുന്നു. യുവതലമുറയെ കാർന്നു തിന്നുന്ന ക്യാൻസറായി മാറുന്നുവെന്നതു മാത്രമല്ല, ഒരു സംസ്ക്കാരത്തെയും സമൂഹത്തെയുമാണ് ഇത് ഇല്ലാതാക്കുന്നത്. ലഹരി വിമുക്ത കേരളം എന്ന ലക്ഷ്യം സാക്ഷാത്ക്കരിക്കേണ്ടതിന്റെ ആവശ്യകത മുന്നിൽ കണ്ട് അധ്യാപകനായ ശ്രീ. ശ്രീജിത്ത് പരമേശ്വരൻ രചിച്ച ഈ ബാലസാഹിത്യകൃതി ഉയർത്തിപിടിക്കുന്ന സന്ദേശം വളരെ വലുതാണ്. ഈ മഹായജ്ഞത്തിനൊപ്പം നിൽക്കാൻ കഴിഞ്ഞതിൽ അഭിമാനിക്കുന്നു. ഈ സന്ദേശം കേരളത്തിലെ എല്ലാ വീടുകളിലുമെത്തിക്കാൻ എല്ലാവരും ഒത്തുചേർന്നു പ്രവർത്തിക്കണമെന്നും ആഹ്വാനം ചെയ്യുന്നു.

അജീഷ് ചന്ദ്രൻ
പ്രസാധകൻ

ആമുഖം

ഞാനൊരു എഴുത്തുകാരനല്ല, അദ്ധ്യാപകനാണ്. അദ്ധ്യാപകൻ എന്നാൽ പുതുതലമുറയ്ക്ക് അറിവും വിവേകവും വിവേചനമില്ലാതെ പകരുന്ന വ്യക്തി എന്നർത്ഥം. അദ്ധ്യാപകന്റെ ജോലി അവകാശങ്ങൾക്കുമപ്പുറത്ത് ഉത്തരവാദിത്തബോധം ഏറെ വേണ്ട ഒരിടമാണ്. അവിടെ, വിദ്യാർത്ഥികളോട്, അവർ ഉൾപ്പെടുന്ന സമൂഹത്തോട് ഒരു കടപ്പാട് സ്വയമേവ സൂക്ഷിക്കേണ്ടതുണ്ട്. ആ കടപ്പാടിന്റെ ഭാഗമാണ് ഈ പുസ്തകം.

ലോകം ഇന്ന് കടുത്ത പ്രതിസന്ധിയിലൂടെ കടന്നു പോവുകയാണ്. കോവിഡ് എന്ന കുഞ്ഞൻ അണു കടന്നുവന്ന്, ഭൂമിയിലെ അന്നുവരെയുള്ള എല്ലാക്രമങ്ങളേയും അട്ടിമറിച്ചു. തൊഴിൽ നഷ്ടമായവരുടെ എണ്ണത്തിനു കണക്കില്ല. ആ അനിശ്ചിതാവസ്ഥയെ ഏറ്റവും കൂടുതൽ ചൂഷണം ചെയ്തത് ആഗോള മയക്കുമരുന്നു ശൃംഖലയാണെന്നു പറയാം. തീവ്രവാദവും ലഹരിമരുന്നു ശൃംഖലയും എക്കാലവും ഒരു നാണയത്തിന്റെ ഇരുപുറങ്ങളായിട്ടാണ് കാണപ്പെടുന്നത്. വികസ്വര രാഷ്ട്രങ്ങളിൽ ചെറുപ്പക്കാർ അതിരൂക്ഷമായ തൊഴിലില്ലായ്മയെ നേരിട്ടത് ലഹരിക്കടത്തിന്റേയും ആയുധക്കടത്തിന്റേയും തീവ്രവാദത്തിന്റേയും കുത്സിതമാർഗങ്ങളിലൂടെയാണ്. അത് ഏതെങ്കിലും ഒരു ഭൂഖണ്ഡത്തിൽ മാത്രമായി ഒതുങ്ങിയില്ല. ആഫ്രിക്കൻ രാജ്യമായ സോമാലിയയിൽ എന്തു മാത്രം ആഴത്തിൽ ലഹരിമരുന്ന് ലോബിക്കു സ്വാധീനമുണ്ടോ അത്രയും സ്വാധീനം കാബൂളിലും, അതുപോലെ അസ്വസ്ഥത പുകയുന്ന മറ്റു രാഷ്ട്രങ്ങളിലും ഉണ്ട്. ലാറ്റിൻ അമേരിക്കൻ രാജ്യങ്ങളോ, തെക്കുകിഴക്കനേഷ്യൻ രാജ്യങ്ങളോ, അമേരിക്കൻ ഐക്യനാടുകളോ, കൊറിയയോ, ചൈനയോ ഒന്നും ലഹരിമരുന്നിന്റെ പിടിയിൽ നിന്ന് ഒഴിവാക്കപ്പെട്ടിട്ടില്ല.

അപ്പോൾ എന്റെ രാജ്യമോ?

നിത്യേനയെന്നോണം ഉയരുന്ന കുറ്റകൃത്യങ്ങളുടെ വാർത്തയിൽ ലഹരിമരുന്ന് വാർത്ത സ്ഥിരം പംക്തിയായി. അതിൽ പെൺകുട്ടികളും വീട്ടമ്മമാരും ക്യാരിയർമാരാകുന്ന വാർത്ത സൃഷ്ടിക്കുന്ന അസ്വസ്ഥതകൾക്കിടയിൽ, ഞാൻ ഹെഡ്മാസ്റ്റർ ആയ പുല്ലുകുളങ്ങര സ്ക്കൂളിലെ കുട്ടികൾക്കു വേണ്ടി എന്തു ചെയ്യാം എന്ന ചിന്ത പരിവർത്തനം ചെയ്യപ്പെട്ട് ഉണ്ടായതാണ് ഈ ചെറിയ രചന. അദ്ധ്യാപകന് വിദ്യാർത്ഥികൾ മക്കൾക്കു തുല്യമാണ്. അവർ അകപ്പെട്ടുപോയേക്കാവുന്ന ദുരന്തത്തിൽ നിന്നും രക്ഷിക്കാനുള്ള എളിയ ശ്രമമാണ് ഈ ഉദ്യമം.

വലിയ വിപത്തിനോട് എതിരിടാൻ ഒരു ചെറിയ ശ്രമം, ഈ പുസ്തകത്തെ ആ മട്ടിൽ സ്വീകരിക്കുക.

സ്നേഹത്തോടെ

ശ്രീജിത്ത് പരമേശ്വരൻ

അവതാരിക

ഉപയോഗം മൂലം മനുഷ്യന്റെ ശാരീരിക-മാനസിക തലങ്ങളെ ഉത്തേജിപ്പിക്കാൻ കഴിയുന്ന വസ്തുക്കളാണ് ലഹരി പദാർത്ഥങ്ങൾ. ലഹരി ഇന്ന് പലതരത്തിലാണുള്ളത്. പ്രകൃതിയിൽ നിന്നും ലഭിക്കുന്നവയും രാസപ്രക്രിയയിലൂടെ ഉണ്ടാക്കിയെടുക്കുന്നവയും. മനുഷ്യമനസ്സിന്റെ എല്ലാത്തരം ചിന്തകളേയും സ്വാധീനിച്ച് മനുഷ്യനിലെ മാനുഷികവശങ്ങളെ ഇല്ലാതെയാക്കുവാൻ ലഹരിക്ക് കഴിയുന്നു എന്നത് ഇതിന്റെ ഭീകരതയെ വെളിവാക്കുന്നു. ലഹരിയുടെ ദൂഷ്യവശങ്ങളെക്കുറിച്ചറിഞ്ഞിട്ടും ലഹരിക്ക് അടിമപ്പെടുന്ന അവസ്ഥ ഇന്ന് സർവ്വസാധാരണമാകുന്നു. ഒരു നേരത്തെ തമാശയോടെ തുടങ്ങുന്ന ഉപയോഗത്തിൽ നിന്ന് ലഹരിയില്ലാതെ ജീവിക്കാൻ പറ്റാത്തവരിലേക്ക് എത്തിച്ചേരുന്നവരാണ് ഏറ്റവുമധികവും. 'അധ്വാനം ആരാധനയാണെന്ന' പഴയ സമൂഹിക കാഴ്ചപ്പാടിൽ നിന്നും തൊഴിലിടങ്ങളിലും വ്യാപകമായി ലഹരി ഉപയോഗത്തിന്റെ ആധുനികത കടന്നുകൂടിയിരിക്കുന്നു. ഇതിൽ ആൺ-പെൺ വ്യത്യാസമില്ല എന്നതാണ് ദുഃഖസത്യം. ഇന്ന് വിദ്യാർത്ഥി സമൂഹത്തിനിടയിലും ലഹരിയുടെ ഉപയോഗം വർദ്ധിച്ചു വരുന്നത് നാം കാണുന്നു. ലഹരിക്കടിമകളാകുന്ന ഇത്തരം വിദ്യാർത്ഥികൾ ആജ്ഞാനുവർത്തികളും, അതുവഴി ലൈംഗിക ചൂഷണത്തിനും വഴിപ്പെടുന്നു. ലഹരി തീർത്ത മാസ്മരികവലയത്തിൽ നമ്മുടെ കേരളവും ഉൾപ്പെട്ടിരിക്കുന്നു. കേരളത്തിന്റെ തെരുവീഥികളിൽ മദ്യം മുതൽ എംഡിഎംഎ വരെയുള്ള മാരക ലഹരി ഒഴുകിക്കൊണ്ടിരിക്കുന്നു. മയക്കുമരുന്ന് നമ്മുടെ വരും തലമുറയെവരെ ഗ്രസ്സിക്കും വിധം മഹാവിപത്തായി ദൃശ്യസാനിദ്ധ്യമായി അപകടകാരിയായി നമ്മുടെ ചുറ്റുമുണ്ടെന്ന സത്യത്തെ നാം തിരിച്ചറിഞ്ഞിരിക്കുന്നു. ഈ തിരിച്ചറിവാണ് ഒരു അദ്ധ്യാപകന്റെ മനോവ്യാപാര

ങ്ങളിലൂടെ മനോഹരമായി, ലളിതമായി, ഹൃദയസ്പർശിയായി ഈ പുസ്തകത്തിൽ ചിത്രീകരിച്ചിട്ടുള്ളത്. പന്ത്രണ്ട് അദ്ധ്യായങ്ങളടങ്ങിയ ഈ പുസ്തകത്തിൽ അദ്ധ്യാപകരും വിദ്യാർത്ഥികളും, മാതാപിതാക്കളും, ഉദ്യോഗസ്ഥന്മാരും, നാട്ടുകാരും ഒന്നിച്ചു പ്രവർത്തിച്ചാൽ ലഹരിയെന്ന മഹാവിപത്തിനെ ക്രിയാത്മകമായി ചെറുത്ത് എങ്ങനെ ഇല്ലാതാക്കാമെന്നും, നവോത്ഥാന നായകന്മാർ നമ്മുടെ മുന്നിൽ വരച്ചുകാട്ടിയ ലഹരിവിമുക്ത സമൂഹത്തെ വീണ്ടെടുക്കാം എന്ന സന്ദേശവും വരച്ചുകാട്ടപ്പെടുന്നു. പുതിയ തലമുറയിൽ ധാർമ്മികബോധത്തിന്റെയും സംസ്കാരത്തിന്റെയും സാമൂഹികജീവിതത്തിന്റെയും മൂല്യങ്ങൾ പകരാനുള്ള ഉത്തരവാദിത്വം പൊതുസമൂഹം ഏറ്റെടുക്കണമെന്നും ഈ പുസ്തകത്തിലൂടെ വെളിവാകുന്നു. വിവേകപൂർണ്ണമായ പെരുമാറ്റവും, സ്നേഹത്തോടെയുള്ള സമീപനവുമാണ് കുറ്റപ്പെടുത്തലുകളേക്കാൾ മക്കളുടെ മനസ്സിനെ കീഴ്പ്പെടുത്തുവാൻ പര്യാപ്തമെന്നും, മക്കൾക്ക് തെറ്റുപറ്റിയാൽ തിരിച്ചറിഞ്ഞ് തിരുത്തി തിരികെ കൊണ്ടുവരാനുള്ള പ്രവർത്തനം അനിവാര്യമാണെന്നും ഇതിൽ വരച്ചുകാട്ടുന്നു. ഈ പുസ്തകം സന്ദേശം നമ്മുടെ നാട്ടിൽ നന്മയുടെ പൂക്കൾ വിടർത്തട്ടെ.

ഏറെ അഭിനന്ദനങ്ങളോടെ

ഡോക്ടർ സൈറു ഫിലിപ്പ്
കമ്മ്യൂണിറ്റി മെഡിസിൻ വിഭാഗം മേധാവി,
ഗവ: മെഡിക്കൽ കോളേജ്
കോട്ടയം

ലഹരിമുക്ത കേരളം ആരോഗ്യയുക്ത കേരളം

രാജ്യത്തെ മയക്കുമരുന്ന് ഉപഭോഗവുമായി ബന്ധപ്പെട്ട് രജിസ്റ്റർ ചെയ്ത കേസുകളുടെ എണ്ണത്തിൽ മുൻപിൽ നിൽക്കുന്ന 127 നഗരങ്ങളിൽ മൂന്നെണ്ണം (തിരുവനന്തപുരം, കൊച്ചി, കോഴിക്കോട്) നമ്മുടെ കേരളത്തിലാണ്.

2019ൽ നടത്തിയ ദേശീയ സർവ്വേപ്രകാരം

കഞ്ചാവ്	3.1 കോടി
കറുപ്പ്	2.06 കോടി
മയക്കുമരുന്നുകൾ	1.18 കോടി
Inhalants	1.7%
(കുട്ടികൾ, 0.58% (മുതിർന്നവർ)	
കത്തിവയ്ക്കുന്ന മയക്കുമരുന്നുകൾ	8.5%

2008-ൽ മയക്കുമരുന്ന് സംബന്ധിയായ കേസുകൾ 508 ആയിരുന്നെങ്കിൽ 2021-ൽ അത് 3922 ആയി വർദ്ധിച്ചു. 2022 ഏപ്രിൽ ആകുമ്പോഴേക്കും രജിസ്ട്രേഡ് കേസുകൾ 8000 ആയി. പ്രതിമാസം 2000 കേസുകൾ കേരളത്തിൽ രജിസ്റ്റർ ചെയ്യപ്പെടുന്നു. ഇതോടൊപ്പം കുറ്റകൃത്യങ്ങളുടെ തോതും കൂടി വരുന്നതായി കാണാം.

കഴിഞ്ഞ രണ്ട് വർഷത്തിനിടയിൽ പതിനെട്ടോളം യുവതികൾ മയക്കുമരുന്ന് വാഹകരായി നിയമപാലകരുടെ പിടിയിലകപ്പെട്ടിരുന്നു.

മയക്കുമരുന്ന് വിമുക്തി ചികിത്സയ്ക്കായി എറണാകുളത്തെ ഒരു കേന്ദ്രത്തിൽ എത്തിച്ചേർന്ന 85 പേരിൽ 37 പേർ പെൺകുട്ടികളായിരുന്നു. അതിൽ എല്ലാവരും 18 വയസ്സിൽ താഴെയുള്ളവർ.

ഈ കണക്കുകളെല്ലാം സൂചിപ്പിക്കുന്നത് വിദ്യാർത്ഥിനികളുടെ ഇടയിലുള്ള മയക്കുമരുന്നിന്റെ വർധിച്ചുവരുന്ന സ്വാധീനമാണ്.

എൻ.സി.ഇ.ആർ.ടിയുടെ മനോദർപ്പൺ സെൽ ആറാം ക്ലാസ് മുതൽ പന്ത്രണ്ടാം ക്ലാസ് വരെയുള്ള വിദ്യാർത്ഥികളിൽ നടത്തിയ സർവ്വേ പ്രകാരം 29% കുട്ടികൾ ഏകാഗ്രതകുറവ് മൂലവും 43% കുട്ടികൾ മാനസികാവസ്ഥയിലെ മാറ്റങ്ങൾ (Mood Swings) കൊണ്ടും ബുദ്ധിമുട്ടുകൾ അനുഭവിക്കുകയാണെന്നു കണ്ടെത്തി.

യോഗ, മെഡിറ്റേഷൻ തുടങ്ങിയ മാർഗ്ഗങ്ങൾ ഉപയോഗിച്ച് ഈ അസ്വസ്ഥതകളെ മാറ്റാമെന്നും പഠനങ്ങൾ പറയുന്നു.

സാമൂഹിക ഇടപെടലുകൾ, ആരോഗ്യകരമായ ബന്ധങ്ങൾ എന്നിവ കുട്ടികളുടെ മാനസികാവസ്ഥയെ ക്രിയാത്മകമായി സ്വാധീനിക്കുന്നു എന്നും കണ്ടെത്തിയിട്ടുണ്ട്.

ദേശീയ ശരാശരി അനുസരിച്ചു യുവാക്കളിലെ മയക്കുമരുന്ന് ഉപഭോഗത്തിന്റെ കാര്യത്തിൽ പഞ്ചാബിന് തൊട്ടു താഴെയാണ് കേരളത്തിന്റെ സ്ഥാനം.

ഘടകങ്ങൾ - കുട്ടികളിൽ

ചെറുപ്പത്തിലേ ഉള്ള അക്രമവാസന
മാതാപിതാക്കളുടെ ശ്രദ്ധക്കുറവ്
സാമൂഹിക ഇടപെടലുകളിലെ പാകപ്പിഴകൾ
മയക്കുമരുന്ന് ഉപയോഗിച്ച് നോക്കുന്നതിനുള്ള ആകാംക്ഷ
വിദ്യാഭ്യാസ സ്ഥാപനങ്ങളിലെ മയക്കുമരുന്നിന്റെ ലഭ്യത

ഘടകങ്ങൾ- മുതിർന്നവരിൽ

സാമ്പത്തികമായി ഉണ്ടാകുന്ന ഉന്നതി ആധുനിക ജീവിതരീതി വഴി ഉണ്ടാകുന്ന മാനസിക പിരിമുറക്കങ്ങൾ

സാമ്പത്തികവും സാമൂഹ്യവിരുദ്ധവുമായി വർദ്ധിച്ചുവരുന്ന വ്യത്യാസങ്ങൾ

സ്വന്തം ജീവിതരീതികളോട് ഒരാൾക്ക് തോന്നുന്ന താൽപര്യമില്ലായ്മ

ആസക്തി, അസഹിഷ്ണുത, ആശ്രയത്വം

ആസക്തി

ലഹരിവസ്തുക്കളുടെ ഉപയോഗം കൊണ്ട് അത് ഇല്ലാതെ ജീവിതം സാധ്യമല്ല എന്ന അവസ്ഥയാണ് ആസക്തി.

Toleranace - അസഹിഷ്ണുത എന്നതു കൊണ്ട് ഉദ്ദേശിക്കുന്നത് ലഹരി വസ്തുക്കളുടെ ഉപയോഗം ഒരു പരിധി കഴിഞ്ഞാൽ

നാം സാധാരണ ഉപയോഗിച്ചു കൊണ്ടിരുന്നതിൽ നിന്നും കൂടുതലായി ലഹരി വേണ്ടുന്ന അവസ്ഥയിലേക്കെത്തുന്നു എന്നതാണ്. നാം എടുക്കുന്ന അളവും സമയവും കൂടുതലാവുന്നു.

ആശ്രയത്വം - Dependence

അതേസമയം ലഹരിയോടുള്ള ആശ്രയത്വം രണ്ട് തരത്തിലുള്ളതാവാം. ശാരീരികമായ ആശ്രയത്വവും മാനസികമായ ആശ്രയത്വവും.

Psychological Dependence- മാനസികമായ ആശ്രയത്വം എന്നതു കൊണ്ടുദ്ദേശിക്കുന്നത് ഏതു സമയവും ഏതവസരത്തിലും ലഹരിയെക്കുറിച്ച് മാത്രം ചിന്തിക്കുകയും ലഹരിയില്ലാതെ യാതൊന്നും ചെയ്യാൻ സാധിക്കില്ല എന്ന മാനസിക നിലവാരത്തിലേക്ക് എത്തുക എന്നതുമാണ്.

Physical Dependence (ശാരീരിക ആശ്രയത്വം)- ലഹരി പദാർത്ഥങ്ങളുടെ അഭാവത്തിൽ ശാരീരികമായ ബുദ്ധിമുട്ടുകൾ നേരിടുന്നു.

Withdrawal Symptoms പിന്മാറ്റ ലക്ഷണങ്ങൾ

- ഒരാൾ ലഹരിയ്ക്ക് അടിമയായ ശേഷം അത് വേഗം നിർത്തിയാൽ പിന്മാറൽ ലക്ഷണങ്ങൾ കാണിക്കാൻ കാരണമാകുന്നു.
- ചെറിയ രീതിയിലുള്ള വിറയൽ, ദേഷ്യം, ഉറക്കമില്ലായ്മ മുതൽ കൂടിയ രീതിയിലുള്ള ഛർദ്ദി, ശ്വാസംമുട്ടൽ തുടങ്ങിയ പ്രശ്നങ്ങൾ ഉണ്ടാകുന്നതിന് കാരണമാകുന്നു.
- ഈലക്ഷണങ്ങൾ ഉണ്ടെങ്കിൽ ഡോക്ടറുടെ സഹായത്തോടുകൂടി മാത്രമേ നിർത്താൻ ശ്രമിക്കാൻ പാടുള്ളൂ.

ലഹരിക്കെതിരെ സ്വീകരിക്കാവുന്ന ഇടപെടലുകൾ

- രക്ഷിതാക്കൾക്കും അധ്യാപകർക്കും വേണ്ടിയുള്ള ബോധവൽക്കരണ പരിപാടികൾ
- ആദ്യ ഘട്ടത്തിൽ തന്നെയുള്ള തിരിച്ചറിവും ഇടപെടലും
- ഇടപെടൽ നടത്തുന്നതിനുള്ള ഫലപ്രദമായ മാർഗ്ഗങ്ങൾ (വിമുക്തി, പോലീസ് ഹെൽപ്‌ലൈൻ).
- കൗമാരക്കാരിൽ സാമൂഹ്യ മനശാസ്ത്ര ഇടപെടലുകൾ
- കൗമാരക്കാരുടെ പ്രശ്നങ്ങൾ ചർച്ച ചെയ്യുന്നതിനുള്ള

സായാഹ്ന കൂടിച്ചേരലുകൾ

ലഹരിക്കെതിരെ സ്വീകരിക്കാവുന്ന ഇടപെടലുകൾ

• പുതിയ തലമുറ കുട്ടികളുടെ അഭിരുചികളെ കണക്കിലെടുത്തുകൊണ്ടുള്ള രക്ഷാകർതൃ പരിശീലനങ്ങൾ

• ഞങ്ങൾ കേൾക്കാം - പ്രശ്നാധിഷ്ഠിത പരിഹാരങ്ങൾക്കായി രക്ഷിതാക്കൾ, കൗൺസിലർമാർ എന്നിവരടങ്ങിയ ഗ്രൂപ്പുകൾ രൂപീകരിക്കൽ.

• സമപ്രായക്കാരുടെ പിന്തുണ ഉറപ്പു വരുത്തൽ

• ആധ്യാത്മിക കാര്യങ്ങളിലൂടെയുള്ള സാമൂഹിക ശാക്തീകരണം.

ഇടപെടലുകൾ- സ്കൂൾ തലം

• കുട്ടികളിലെ മാനസിക വ്യതിയാനം/ ഏകാന്തത എന്നിവയുടെ തുടക്കത്തിൽ തന്നെയുള്ള തിരിച്ചറിവും ഇടപെടലും.

• കുട്ടികളിലെ പ്രശ്നങ്ങളെ തിരിച്ചറിയാനും ഫലപ്രദമായ ഇടപെടൽ നടത്താനും അദ്ധ്യാപകരെ തയ്യാറാക്കുക.

• അപകടകരമായ ലഹരി ഉപഭോഗത്തിലേക്കു വഴുതി വീഴുന്ന കുട്ടികളെ തിരിച്ചറിയാനുള്ള പരിശീലനം

• അദ്ധ്യാപകരും രക്ഷകർത്താക്കളുമായുള്ള കൂടിച്ചേരലുകൾ.

ഇടപെടലുകൾ- ഗാർഹികം

• കുടുംബബന്ധങ്ങളിലെ ഇഴയടുപ്പം

• കുട്ടികളും രക്ഷിതാക്കളും തമ്മിലുള്ള ബന്ധം കൂടുതൽ ദൃഢമാക്കണം.

• തലമുറകളുടെ വൈരുദ്ധ്യങ്ങളെ മറി കടക്കുന്നതിനുള്ള ശ്രമങ്ങൾ

• രക്ഷകർത്താക്കളെ കുട്ടികളുടെ സഹായത്തോടെ ലഹരി വിമുക്തിയിലേക്ക് നയിക്കൽ

• ലഹരിയുടെ ഉപയോഗം ആരംഭത്തിൽ തന്നെ കണ്ടുപിടിക്കുന്നതിനുള്ള പരിശീലനങ്ങൾ നൽകൽ.

• രക്ഷാകർതൃപഠനം

ഇടപെടലുകൾ - ഹോസ്റ്റലുകളിൽ

ലഹരി ഉപഭോഗത്തിന്റെ ദൂഷ്യവശങ്ങളെക്കുറിച്ചുള്ള ബോധവൽക്കരണം

യുവജനങ്ങളെ ഉൾക്കൊള്ളിച്ചുകൊണ്ടുള്ള ലഹരിവിരുദ്ധ പരിപാടികൾ (18 മുതൽ 25 വയസ് വരെ).

മനഃശാസ്ത്രപരമായ സഹായം - ഹെൽപ്‌ലൈൻ നമ്പറുകൾ - ഒറ്റപ്പെടൽ/ ഏകാന്തതയെ ഒഴിവാക്കുന്നതിനുള്ള വഴികൾ.

ഹോസ്റ്റൽ നടത്തിപ്പുകാർ, ഹോസ്റ്റൽ വാർഡന്മാർ എന്നിവരുമായുള്ള ഒത്തുചേരൽ.

ലഹരി സംബന്ധമായ പ്രശ്നങ്ങൾക്ക് പരിഹാരത്തിനായി വിളിക്കാം

വിമുക്തി ടോൾഫ്രീ നമ്പർ
14405

ലഹരി വിരുദ്ധ പ്രതിജ്ഞ

മാനവരാശിയെ തകർക്കുന്ന മാരക വിപത്താണ് മയക്കുമരുന്ന് എന്ന യാഥാർത്ഥ്യം ഞാൻ തിരിച്ചറിയുന്നു. ലഹരി വസ്തുക്കളുടെ ഉപയോഗം അത് ഉപയോഗിക്കുന്ന വ്യക്തിയോടൊപ്പം കുടുംബത്തെയും സമൂഹത്തെയും പൂർണ്ണമായും നശിപ്പിക്കുമെന്നും ഞാൻ മനസ്സിലാക്കുന്നു. ഞാനും എന്റെ സമൂഹവും ലഹരിയിൽ വീഴാതിരിക്കാനുള്ള എല്ലാ ശ്രമങ്ങളും ഞാൻ നടത്തും. ജീവിതമാണ് ലഹരി എന്ന ആശയം എന്റെ ജീവിതത്തിൽ പകർത്തുന്നതിനൊപ്പം മറ്റുള്ളവരുടെ ജീവിതത്തിൽ ഈ ആശയം പകർത്തുന്നതിന് ഞാൻ പ്രയത്നിക്കുകയും ചെയ്യും. ലഹരിമുക്ത നവകേരളം പടുത്തുയർത്തുവാൻ എന്റെ എല്ലാ കഴിവുകളും വിനിയോഗിച്ച് പ്രവർത്തിക്കുമെന്നും ഞാൻ ഇതിനാൽ പ്രതിജ്ഞ ചെയ്യുന്നു.

അധ്യായം ഒന്ന്

സുരേഷ്സാർ പതിവുപോലെ പത്രം വായിക്കുകയായിരുന്നു. എത്രമാത്രം മയക്കുമരുന്നു കേസുകളാണ് ഓരോ ദിവസവും റിപ്പോർട്ട് ചെയ്യുന്നതെന്ന് സാർ ആശങ്കപ്പെട്ടു. അദ്ദേഹത്തിന്റെ ആശങ്ക വെറുതേയല്ല. സുരേഷ് സാർ ഒരു ഹൈസ്ക്കൂൾ ഹെഡ് മാസ്റ്റർ ആണ്. നാട്ടിലെ കുഞ്ഞുങ്ങൾക്ക് അക്ഷരവെളിച്ചം തെളിച്ചു നൽകുന്നുവെന്ന് അഭിമാനിക്കുന്ന അദ്ധ്യാപകനാണ് അദ്ദേഹം. നാടിന്റെ നാനാഭാഗത്തു നിന്നും ഉയർന്നു വരുന്ന മയക്കുമരുന്ന് എന്ന വിപത്ത് തന്റെ സ്കൂളിനു നേർക്കും പതിക്കാതിരിക്കില്ല എന്ന ആശങ്ക അദ്ദേഹത്തിനുമുണ്ടായിരുന്നു.

മിത്രപുരം എന്ന സ്ഥലത്തു സ്ഥിതി ചെയ്യുന്ന മിത്രാനികേതനം ഹൈസ്കൂൾ, നാടിന് അനേകം പ്രതിഭകളെ സംഭാവന ചെയ്ത മഹാവിദ്യാലയമാണ്. അതിൽ, കലാകാരന്മാരും, സാഹിത്യപ്രമുഖരും രാഷ്ട്രീയസാംസ്കാരിക പ്രവർത്തകരും ഉന്നതസ്ഥാനങ്ങൾ അലങ്കരിക്കുന്ന അനേകം ഉദ്യോഗസ്ഥരും ഒക്കെയുണ്ട്. അവിടെ പഠിച്ചിറങ്ങിയവർക്ക് തങ്ങളെ വളർത്തി വലുതാക്കിയ ആ വിദ്യാലയത്തോടു വലിയ കടപ്പാടുമുണ്ട്. അതുകൊണ്ടുതന്നെ അവരുടേയും അദ്ധ്യാപകരുടേയും നേതൃത്വത്തിൽ പൂർവവിദ്യാർത്ഥി സംഗമങ്ങൾ ഇടയ്ക്കിടയ്ക്ക് നടക്കാറുണ്ട്. അപ്പോൾ അവിടെ വരുന്നവരിൽ വലിയ ഉദ്യോഗസ്ഥർ മുതൽ കർഷകരും കച്ചവടക്കാരും വരെയുണ്ടാകാറുണ്ട്. പഠനകാലത്തെ അനുഭവങ്ങൾ അയവിറക്കിയും പഴയകാല അദ്ധ്യാപകരെ ആദരിച്ചും സ്കൂളിന്റെ ദൈനംദിന പ്രവർത്തനങ്ങൾക്ക് താങ്ങുംതണലുമായി നിൽക്കാൻ പൂർവവിദ്യാർത്ഥികൾ എക്കാലവും സർവസഹായവും നൽകി നിലകൊണ്ടു.

കാലം പലതുകഴിഞ്ഞെങ്കിലും ഇന്നും ഈ മഹാവിദ്യാലയം പഴയ പ്രതാപത്തിന്റെ മഹിമയെ വിളിച്ചോതിക്കൊണ്ട് ജില്ലയിലെ

ഏറ്റവും നല്ല വിദ്യാലയങ്ങളിൽ ഒന്നായി നിലകൊള്ളുന്നതും അതുകൊണ്ടൊക്കെയാകും. അർപ്പണബോധമുള്ള ഒരു പറ്റം അദ്ധ്യാപകരും സ്കൂളിനെ സ്നേഹിക്കുന്ന രക്ഷകർത്താക്കളും പൊതുസമൂഹവും എന്തിനൊരു ഗ്രാമം തന്നെ ആ വിദ്യാലയത്തിന്റെ ഉന്നമനത്തിനായി ചേർന്നു പ്രവർത്തിക്കുമ്പോൾ ഗുണമേന്മ വർദ്ധിക്കാതെ തരമില്ലല്ലോ.

ഏതായാലും പത്രം മടക്കി വച്ച്, ചിന്തകളും മാറ്റി വച്ച് കുളിച്ച് റെഡിയായി സുരേഷ് സാർ സ്കൂളിലേക്കു പുറപ്പെട്ടു. പുതിയ അധ്യയന വർഷം തുടങ്ങിയിട്ട് അധികനാൾ ആയിട്ടില്ല. പരിചിതരായ അദ്ധ്യാപകർക്ക് കുട്ടികളെ മനസ്സിലാക്കാൻ പ്രയാസമില്ല, കാരണം വർഷങ്ങളായി ഇതേ വിദ്യാലയത്തിൽ ജോലി ചെയ്യുന്നവരാണവർ. പോരെങ്കിൽ മിത്രപുരത്തും പരിസരപ്രദേശത്തും താമസിക്കുന്നവരുമാണ്. കുട്ടികളെക്കുറിച്ച് വ്യക്തിപരമായിത്തന്നെ അറിയാവുന്ന അധ്യാപകരാണ് ഭൂരിപക്ഷവും. അന്നും ഉച്ച ഭക്ഷണം കഴിയും വരെ എല്ലാം തികച്ചും സാധാരണമായിരുന്നു. എന്നാൽ, അന്ന് ഉച്ച ഊണിന് കുട്ടികൾ വരിയായി നിന്ന് ഭക്ഷണം വാങ്ങി കഴിച്ച് പലവിധ കളികളിൽ മുഴുകിയിരിക്കവേ ആണതു സംഭവിച്ചത്.

'ടീച്ചറേ ... ടീച്ചറേ....' എന്നു വിളിച്ചു കൊണ്ട് ഒരു പറ്റം കുട്ടികൾ സ്റ്റാഫ് റൂമിലേക്ക് ഓടിക്കയറി.

'എന്താ എന്താ?' ലിസടീച്ചർ ചാടി എഴുന്നേറ്റു.

'ടീച്ചറേ..... മനുവിന്റെ കയ്യിൽ നിന്നും ചോര.... അവന്റെ കൈ മുറിഞ്ഞു. ചോര ഒഴുകുന്നു ടീച്ചറേ....'

ഉച്ചഭക്ഷണശേഷം നാട്ടുവീട്ടുവിശേഷങ്ങളുടെ വിവരണത്തിനിടയിലേക്കു കടന്നുവന്ന മനുവിന്റെ നിലവിളി സ്റ്റാഫ് റൂമിനെ ഞെട്ടിച്ചു:

സ്റ്റാഫ്റൂമിൽ ഒരു നിമിഷത്തേക്ക് നിശബ്ദത പരന്നു. നിശബ്ദതക്ക് വിരാമമിട്ടു കൊണ്ട്;

'മനുവിന് എന്ത് പറ്റി? അവൻ വീണോ? അടങ്ങിയിരിക്കുന്നവനാണല്ലോ, വല്ല കുരുത്തക്കേടും കാണിച്ചു കാണും. എപ്പഴും പറയാറുള്ളതാ അവന്മാരോട് അടങ്ങിയിരിക്കാൻ' എന്നൊക്കെ പറഞ്ഞ് ക്ലാസ്സ് ടീച്ചർ ക്ലാസ്സിലേക്ക് ഓടി.

ക്ലാസ്സിലെത്തിയ ടീച്ചർ, കൂട്ടുകാരുടെ നടുവിൽ ചോര ഒഴുകുന്ന വലതുകൈയുമായി അലറിക്കരഞ്ഞ് നിൽക്കുന്ന മനുവിനെയാണ് കണ്ടത്.

ഉച്ച സമയമാണ്. ചെറിയ മുറിവിൽ നിന്നു പോലും അമിതമായി രക്തം ഒഴുകുന്ന സമയം.

'എന്തു പറ്റിയെടാ മോനേ? ടീച്ചറു പറഞ്ഞിട്ടില്ലേ അടങ്ങിയിരിക്കണമെന്ന്? എന്ത് കാണാൻ നിൽക്കുവാ? മാറ് പിള്ളാരേ അവനു കുറച്ച് കാറ്റ് കിട്ടട്ടെ...'

കുട്ടികളെ മാറ്റി മനുവിന്റെ മുറിവ് അമർത്തിപ്പിടിച്ച ലിസടീച്ചർ തുണികൊണ്ടുവരാൻ വിളിച്ചു പറഞ്ഞു.

കുട്ടികളും മറ്റ് അദ്ധ്യാപകരും ഓഫീസിലേക്ക് ഓടി. അല്പസമയത്തിനുള്ളിൽ തുണിയുമായി എത്തി മുറിവുചുറ്റിക്കെട്ടി.

'ഉച്ചയല്ലേ... രക്തം നിലക്കില്ല, ആശുപത്രിയിൽ കൊണ്ടു പോകണ്ടേ? മനോജ് സാറേ കാറെടുക്ക്, എച്ച് എം മീറ്റിങ്ങിന് പോയിരിക്കുവാ... വാ മോനേ.. ആശുപത്രിയിൽ പോകാം....' ടീച്ചർ പറഞ്ഞു.

'ടീച്ചറേ... അമ്മ.... അച്ഛൻ...'

മനു ആകെ പരിഭ്രമിച്ചിരിക്കുന്നു.

'അറിയിച്ചിട്ടുണ്ട് മോനേ.... പേടിക്കാതെ.'

'എന്താടാ പറ്റിയത്?' കുട്ടികളെ നോക്കി ലിസ ടീച്ചർ ചോദിച്ചു.

'ടീച്ചറേ ആനന്ദ് കോമ്പസ്സിന് കുത്തിയതാ.....'

കുട്ടികൾ വിളിച്ചുകൂവി.

'പോടാ ആനന്ദോ?'

മനോജ് മാഷിന്റെ കാറിൽ മനുവിനെ കയറ്റുമ്പോൾ ടീച്ചർ ചോദിച്ചു, 'സുരേഷ് സാറിനെ അറിയിച്ചോ?'

'ഞാൻ വിളിച്ച് പറഞ്ഞു ടീച്ചറേ.' കാർ മുന്നോട്ട് എടുക്കുന്നതിനിടയിൽ മനോജ് സാർ പറഞ്ഞു.

ഡിഇഒ വിളിച്ചു കൂട്ടിയ മീറ്റിംഗിലായിരുന്നു ഹെഡ്മാസ്റ്റർ സുരേഷ് സാർ എങ്കിലും, വിവരമറിഞ്ഞ ഉടൻ അദ്ദേഹം അവിടെ നിന്നും ആശുപത്രിയിലേക്കു പാഞ്ഞു.

സ്കൂളിൽ ഇത്തരം സംഭവങ്ങൾ പതിവല്ല. ഇത് എന്താ പറ്റിയത്? അദ്ദേഹം ചിന്തിച്ചു.

ആശുപത്രിയിൽ മനോജ് സാറിന്റെ കാറു വരുന്നതും കാത്ത് മനുവിന്റെ അച്ഛൻ നിൽക്കുന്നുണ്ടായിരുന്നു.

തന്റെ മകനു പറ്റിയ അപകടം കേട്ടറിഞ്ഞ് വീട്ടിലെ വേഷത്തിൽ അമ്മയും അപ്പോഴേക്കും അവിടേക്ക് എത്തി.

'എന്തു പറ്റിയെടാ മോനേ നിനക്ക്?' മനുവിന്റെ അച്ഛൻ അമ്മയുടെ കൈ പിടിച്ചു.

'എടീ അവന് ഒന്നുമില്ല. ചെറിയ മുറിവാണ്. ഡോക്ടർ നോക്കു

ന്നുണ്ട്. ഉച്ചയായതുകൊണ്ടാണ് ഇത്രയും ചോര പോയത്. നീ വെറുതേ പേടിക്കാതെ.

മൈനർ ഓപ്പറേഷൻ തീയറ്ററിൽ കയറ്റി മനുവിന്റെ മുറിവിൽ മരുന്നു വച്ചുകെട്ടുമ്പോൾ മറ്റുള്ളവർ എന്താണ് സംഭവിച്ചത് എന്നോർത്ത് വേവലാതിപൂണ്ട് നിൽക്കുകയായിരുന്നു. കുത്തിവയ്പിന്റെ വേദന മനു അറിഞ്ഞില്ല, ഗുളികയും മരുന്നുമായി പുറത്തിറങ്ങുമ്പോഴും പറ്റിയ സംഭവത്തിൽ നിന്നും മനു മോചിതനായിരുന്നില്ല.

'മോനേ എന്തു പറ്റിയെടാ....? ടീച്ചറേ എന്താ സംഭവിച്ചത്?'

'ഒരു കുട്ടി അവന്റെ കയ്യിൽ കോമ്പസു വച്ച് കുത്തി.'

'ആരാ ടീച്ചറേ മോനോട് ഇങ്ങനെ ചെയതത്?' മനുവിന്റെ അമ്മ ആകെ പരിഭ്രമത്തിലാണ് അപ്പോഴും.

'ദാ ഞങ്ങൾ അങ്ങോട്ട് വരാം. എല്ലാം പറയാം.' ടീച്ചർ അവരെ ആശ്വസിപ്പിച്ചു.

കാലങ്ങൾ കാത്തിരുന്ന് നേർച്ചയും വഴിപാടുകളുമൊക്കെയായി കിട്ടിയ കുട്ടിയാണവൻ, പക്ഷേ, ക്ലാസ്സ് ടീച്ചർ അവനെ മകനായി തന്നെ സ്നേഹിക്കുന്നതറിയാവുന്ന അവർ ടീച്ചറുടെ വാക്കുകൾ കേട്ട് സമാധാനിച്ച് വീട്ടിലേക്ക് മടങ്ങി.

അദ്ധ്യാപകർ തിരികെ സ്കൂളിലെത്തി. അവിടെ വരാന്തയിൽ വട്ടം കൂടി നിന്ന ക്ലാസ്സിലെ കുട്ടികളുടെ അടുത്തേക്ക് എത്തിയ ലിസടീച്ചർ ചോദിച്ചു, 'സത്യം പറയ്, എന്താ മക്കളേ ശരിക്കും പറ്റിയത്? ആരാ ഇത് ചെയ്തത്.....?'

ആദ്യം കുട്ടികൾ ആരും ഒന്നും മിണ്ടിയില്ല. കുട്ടികളിൽത്തന്നെ പലർക്കും ആ സംഭവം വിശ്വസിക്കാൻ പറ്റിയിരുന്നില്ല.

ആവർത്തിച്ചുള്ള ലിസടീച്ചറിന്റെ ചോദ്യം വന്നപ്പോൾ കുട്ടികൾ പറഞ്ഞു, 'ടീച്ചറേ ആനന്ദ് കോമ്പസ് വച്ച് കുത്തിയതാ.....'

'ആനന്ദോ! ഇല്ല, അവൻ അങ്ങനെ ചെയ്യില്ല, ഒരിക്കലും സംഭവിക്കില്ല അവൻ പാവമാ, നല്ല കുട്ടിയാ'

'അല്ല, ടീച്ചറേ ആനന്ദാ കുത്തിയത്....' കുട്ടികൾ വീണ്ടും പറഞ്ഞു.

ലിസടീച്ചർ വിശ്വസിച്ചില്ല. അതിനു കാരണമുണ്ട്. ആനന്ദ്, അവൻ സ്കൂളിലെ മിടുക്കനായ കുട്ടിയാണ്. അവനോട് പല കുട്ടികൾക്കും ചെറിയ അസൂയ പോലുമുണ്ട്. പ്രൈമറിതലം മുതൽ ഈ സ്കൂളിൽ പഠിക്കുന്ന കുട്ടിയാണ്. അച്ഛനും അമ്മയും സർക്കാർ ഉദ്യോഗസ്ഥർ. ശരിക്കു പറഞ്ഞാൽ മാതൃകയാകേണ്ട അച്ഛനമ്മ

മാരും, അവരുടെ മകനും. സ്കൂളിൽ എത്തിയ കാലം മുതൽ പഠന മികവിൽ ഒന്നാമനാണ് ആനന്ദ്. പാട്ട് പാടാൻ കഴിവുള്ളവരെ അന്വേഷിച്ചിറങ്ങിയ മ്യൂസിക് ടീച്ചർ ആനന്ദിലെ പാട്ടുകാരനെ കണ്ടെത്തി. സ്പോർട്സിലും മോശമല്ല. ടീച്ചറുടെ ചിന്തകൾ പല വഴി സഞ്ചരിച്ചു. എന്നാൽ കുട്ടികൾ ആണയിട്ടു പറയുന്നു ആനന്ദാണെന്ന്. ലിസടീച്ചറിനു വിശ്വസിക്കാനായില്ല.

'എന്താ ഇവിടെ?' സുരേഷ് സാറിന്റെ ശബ്ദം വന്നിടത്തേക്ക് കുട്ടികളുടെ ശ്രദ്ധയെത്തി.

ലിസടീച്ചർ സംഭവം വിവരിച്ചു.

'സാറേ ഇവരു പറയുന്നു ആനന്ദാ കുത്തിയതെന്ന്'

'ആനന്ദോ? അവൻ... അങ്ങനെ ചെയ്യുമോ? ആനന്ദ് എവിടെ?'

'സാറേ അവൻ ടോയ്‌ലറ്റിൽ പോയി.'

'ഇപ്പോ ഇടക്കിടയ്ക്ക് അവൻ ടോയ്‌ലറ്റിൽ പോകാറുണ്ട്. ആനന്ദാ സാറേ കുത്തിയത്, കോമ്പസു വച്ച്.'

ഹെഡ്മാസ്റ്റർക്കും വിശ്വാസം വരുന്നില്ല.

'ജഗത്തേ എന്താ നടന്നത്?'

ജഗത്ത് വിശദീകരിച്ചു, ശരിക്കു പറഞ്ഞാൽ ജഗത്ത് ആ ക്ലാസ്സിലെ കുഴപ്പക്കാരൻ എന്നു ടീച്ചർമാർ നിത്യവും പരാതി പറയുന്ന കുട്ടിയാണ്.

'അതേ സാറേ ഞാൻ നേരിൽ കണ്ടതാ. ഞങ്ങൾ കഥ പറഞ്ഞിരിക്കുകയായിരുന്നു. ഇടക്ക് നോക്കിയപ്പോൾ മനുവും ആനന്ദും തമ്മിൽ എന്തോ സംസാരിക്കുന്നത് കണ്ടു. പിന്നീട് അവർ എന്തോ പറഞ്ഞ് വഴക്കിട്ടു. ആനന്ദ് മനുവിനെ പിടിച്ചു തള്ളി. മനു എഴുന്നേറ്റ് വന്നപ്പോൾ, പെട്ടെന്ന് ആനന്ദ് കോമ്പസ്സ് എടുത്ത് മനുവിനെ കുത്തി. ആ ചോര തെറിച്ചതു കാണണമായിരുന്നു സാറേ.'

'കൊച്ചനിതെന്തു പറ്റി...?'

'സാറേ അവനങ്ങനെ ചെയ്യുമോ?'

ലിസടീച്ചറിന് വിശ്വാസം വരാതെ വീണ്ടും ചോദിച്ചു.

'നോക്കാം ടീച്ചറേ നമുക്ക്.'

ഓഫീസ് റൂമിലേക്കു നടക്കുമ്പോൾ ആനന്ദ് എതിരെ വരുന്നുണ്ടായിരുന്നു. പഴയ പ്രസരിപ്പില്ല മുഖത്ത്. കണ്ണിനു കീഴെ കരുവാളിപ്പ് ഉണ്ട്. പിടിച്ചു നിർത്തി ചോദിക്കണോ? വേണ്ട. ആദ്യം ക്ലാസ് ടീച്ചർ ഇടപെടട്ടെ. എന്നിട്ടുമതി. സുരേഷ് സാർ തീരുമാനിച്ചു.

തല താഴ്ത്തി ചുറ്റും ആരേയും നോക്കാതെ ആനന്ദ് ക്ലാസ്സിലേക്ക് കയറി. പതിവു സീറ്റ് മാറി ഏറ്റവും പിറകിൽ അവൻ ചെന്നി

രിക്കുന്നത് സുരേഷ് സാർ കണ്ടു.

ലോങ്ങ് ബെല്ലടിച്ചു. സ്കൂൾ വിട്ടു. ലിസ ടീച്ചർ നേരെ ഹെഡ് മാസ്റ്ററുടെ മുറിയിലേക്ക് വന്നു.

'സാറേ, ഞാൻ ആനന്ദിനെ വിളിച്ചു, എന്താ സംഭവിച്ചത് എന്നു ചോദിച്ചു.'

'എന്തു പറഞ്ഞു അയാൾ?'

'സാറേ, ആനന്ദിന് എന്തോ പ്രശ്നമുണ്ട്. എന്നെ ഒരു നോട്ടം നോക്കി. പിന്നെ തലയൊക്കെ താഴ്ത്തിപ്പിടിച്ച് ഒറ്റനിൽപ്പ്. എന്താ സംഭവിച്ചത് എന്ന് വീണ്ടും ചോദിച്ചപ്പോൾ അറിയാതെ പറ്റിയതാണെന്നു പറഞ്ഞു. എന്നിട്ട് എന്നെ ഒരു നോട്ടം നോക്കി. സാറേ, അവനോട് ഇനി ഒന്നും ചോദിക്കാൻ ഞാനില്ല. അവന്റെ അച്ഛനെ വിളിപ്പിക്കാം നമുക്ക്.'

'ലിസ ടീച്ചറേ, ഒരു ദിവസം ഒന്ന് ക്ഷമിക്ക്, ഞാൻ അവന്റെ പേരൻസിനോടു സംസാരിക്കാം. ടീച്ചർ ടെൻഷനാകാതെ.'

അന്ന് സ്കൂൾ പൂട്ടി മടങ്ങുമ്പോഴും സാറിന്റെ മനസ്സിൽ ആ ഒരു ചിത്രം മാത്രമേ ഉണ്ടായിരുന്നുള്ളൂ. തല താഴ്ത്തി നടന്നു പോകുന്ന ആനന്ദിന്റെ ചിത്രം.

oo

അധ്യായം രണ്ട്

വലിയ ടോറസ്സ് വാഹനത്തിന്റെ ഹോണടി കേട്ടു ഞെട്ടി വണ്ടി മുന്നോട്ട് എടുക്കുമ്പോഴും സുരേഷ്സാറിന്റെ മനസ്സിൽ ആനന്ദിന്റെ രൂപമായിരുന്നു. പോകുന്ന വഴിയിൽ വീട്ടിൽ നിന്നും വന്ന ഫോൺ ബെൽ കേട്ടപ്പോഴാണ് വീട്ടിലേക്ക് വേണ്ടുന്ന സാധനങ്ങളെക്കുറിച്ചുപോലും അദ്ദേഹം ഓർത്തത്. കടയിലേക്ക് കയറിയ ഹെഡ്മാസ്റ്റർ പെട്ടെന്ന് എന്താണു വേണ്ടതെന്നു പോലും മറന്ന് ഫോണിൽ ഭാര്യയെ വിളിച്ചു ചോദിച്ചു, 'എന്താടോ വേണ്ടത്?'

'പറഞ്ഞയച്ചതല്ലേ? മറന്നുപോയോ?'

'ഉം മറന്നു.'

'എന്തു പറ്റി നിങ്ങൾക്ക്?'

'ഒന്നുമില്ല, നീ എന്താ വേണ്ടതെന്ന് പറയ്.'

വീട്ടിൽ നിന്നും പറഞ്ഞ സാധനങ്ങൾ വാങ്ങി കൗണ്ടറിൽ ബില്ല് തീർക്കുമ്പോൾ ഡെബിറ്റ് കാർഡിന്റെ പിൻ നമ്പർ ഓർത്തെടുക്കേണ്ടി വന്നു. കാറിനടുത്തേക്ക് നടക്കുമ്പോൾ എതിർവശത്തെ ജ്യൂസ് കടയുടെ മുന്നിൽ നിൽക്കുന്ന കൗമാരങ്ങളെ നോക്കി നെടുവീർപ്പോടെ കാറിലേക്ക് കയറി. വീട്ടിലെത്തിയാൽ വീട്ടുകാര്യങ്ങളിൽ ഇടപെടാറുള്ള സുരേഷ് അന്നു ചായ കുടി കഴിഞ്ഞ് ഒന്നും മിണ്ടാതെ സോഫയിൽ ഇരിക്കുന്നതു കണ്ട്, ഭാര്യ അടുത്തെത്തി.

'എന്താ മനുഷ്യാ എന്തു പറ്റി നിങ്ങൾക്ക്?'

'എടോ, ഞാൻ പറയുന്ന ആനന്ദില്ലേ, ലിസ ടീച്ചറുടെ പത്ത് എയിലെ.'

'അവന് എന്തു പറ്റി?'

'പറ്റിയത് അവനല്ല, അവൻ മനുവിനെ കോമ്പസു വച്ച് കുത്തി കൈമുറിച്ചു.'

'അയ്യോ, അവര് കൂട്ടുകാരല്ലേ?'

സ്കൂൾ വിശേഷങ്ങൾ സുരേഷ് തന്റെ ഭാര്യയുമായി ചർച്ച

ചെയ്യുക പതിവാണ്. അതുകൊണ്ടു തന്നെ ഭാര്യയ്ക്കും സ്കൂളിലെ കുട്ടികൾ പരിചതരാണ്.

'എന്നിട്ട്?'

'അവനെ ആശുപത്രിയിൽ കൊണ്ടുപോയി മരുന്നു വച്ചു.'

'വലിയ മുറിവാണോ?'

'അല്ല. പക്ഷേ, ചോര കുറച്ചു പോയി. അവന്റെ അച്ഛനും അമ്മയും വന്ന് വീട്ടിൽ കൊണ്ടുപോയി.'

'അപ്പോൾ ആനന്ദോ?'

'ഞാൻ അവനോട് ഒന്നും ചോദിച്ചില്ല. യാഥാർത്ഥ്യം അറിയണം. അവൻ ആർക്കും മുഖം തന്നുമില്ല.'

'കഷ്ടം അവനിതെന്തു പറ്റി! പിന്നെ മനുവിനെ വിളിച്ചോ?'

'ഇല്ലടോ, ഞാനൊന്ന് വിളിക്കാം. ഫോൺ ഇങ്ങെടുക്ക്.'

ബെല്ല് അടിച്ചിട്ട് ആദ്യം എടുത്തില്ല. നിമിഷങ്ങളുടെ വ്യത്യാസത്തിൽ സുരേഷ് സാറിന്റെ ഫോണിൽ തിരിച്ചുവിളി വന്നു.

'സാറേ ഞാൻ വണ്ടി ഓടിക്കുകയായിരുന്നു. മോനേ സുധാകരൻ ഡോക്ടറെ ഒന്നു കാണിക്കാൻ കൊണ്ടുപോയി.'

മിത്രപുരത്തെ അറിയപ്പെടുന്ന ഡോക്ടറാണു സുധാകരൻ ഡോക്ടർ. നാട്ടുകാർക്ക് എന്തിനും അദ്ദേഹം അവസാനവാക്കു പറയണം. എന്നാലേ സമാധാനം കിട്ടൂ. മിത്രനികേതൻ സ്കൂളിലെ ആദ്യ ഡോക്ടറാണ് അദ്ദേഹം.

'എന്തു പറഞ്ഞു അദ്ദേഹം?'

'മുറിവ് കുഴപ്പമില്ല. ആന്റിബയോട്ടിക്ക് മാറ്റി എഴുതി. ചോര പോയതു കൊണ്ട് നല്ലപോലെ ആഹാരം കഴിച്ച് വിശ്രമിക്കാൻ പറഞ്ഞു.'

'മനു പേടിച്ചു പോയോ?'

'അവന് വിഷമമുണ്ട് സാറേ.'

'എന്തു പറ്റി?' സാർ ആനന്ദിനെ വഴുക്കുപറയും തല്ലും എന്നൊക്കെ പറഞ്ഞ് വിഷമിച്ചിരിക്കുവാ.'

'തെറ്റ് ചെയ്തതല്ലേ, ശിക്ഷിക്കണ്ടേ?'

'സാറേ ഇത്തവണത്തേക്ക് വിട്ടേര്.'

'അവര് രണ്ടും കൂട്ടല്ലേ, ആനന്ദിന് അബദ്ധം പറ്റിയതാണെന്നാ അവൻ പറയുന്നത്.'

'മനുവിന്റെ കയ്യിൽ ഫോൺ കൊടുത്തേ ഞാൻ ചോദിക്കട്ടെ.'

ഫോൺ എടുത്തതും മനു കരഞ്ഞു.

'സാർ ആനന്ദിനെ തല്ലല്ലേ...'

'ഇല്ല മോനേ, എന്താ നടന്നത് നീ പറഞ്ഞേ...'

'സാർ ഞങ്ങൾ ചോറുണ്ടിട്ട് ക്ലാസ്സിൽ വന്നിരുന്ന് കളിക്കുകയായിരുന്നു. ഞാൻ അവനോട് നീങ്ങടായെന്നു പറഞ്ഞ് പിടിച്ചു തള്ളി. അവൻ ബഞ്ചിൽ നിന്ന് വീഴേണ്ടതായിരുന്നു സാറേ. അപ്പോഴത്തെ ദേഷ്യത്തിന് അവൻ കോമ്പസ് എടുത്ത് ഡസ്കിൽ കുത്തിയതാ. അബദ്ധത്തിൽ എന്റെ കയ്യിലായിപ്പോയതാ.'

28 വർഷമായി പല തലമുറയിലെ കുട്ടികളോട് ഇടപഴകിയ സുരേഷ് സാറിന് മനു പറഞ്ഞത് എന്താണെന്ന് മനസ്സിലാകുമായിരുന്നു. മനു പറഞ്ഞ കള്ളം സുരേഷ് സാറ് വിശ്വസിച്ചു എന്ന് വരുത്തിത്തീർക്കും പോലെ പറഞ്ഞു,

'ശരി മോനേ ഞാൻ ഒന്നും ചോദിക്കുന്നില്ല.'

മനുവിന്റെ അച്ഛനു ഫോൺ കൈമാറി, അദ്ദേഹം പറഞ്ഞു, 'സാറേ ആനന്ദിനോട് ചോദിക്കേണ്ട. അവരു തമ്മിൽ കൂട്ടുകാരാണ്. അവരുടെ കൂട്ടിന് ഒരു കുഴപ്പം ഉണ്ടാകരുത്, തന്നെയുമല്ല അവന്റെ അച്ഛൻ പ്രദീപിനെ ഓർക്കണ്ടേ. പെറ്റിട്ട മുതൽ കാണുന്ന കുട്ടികളല്ലേ? അവനും അതൊരു വിഷമമാകും.'

'ശരി, പക്ഷേ, ആനന്ദ് നാളെ മറ്റൊരാളോട് ഇത് ചെയ്താലോ? പിന്നെ എന്താണ് ആനന്ദിന് സംഭവിച്ചത് എന്നും അറിയണ്ടേ?'

'സാറ് പറഞ്ഞതും ശരിയാണ്. തെറ്റ് ആവർത്തിച്ചാൽ കുഴപ്പമല്ലേ?'

'മനു അറിയണ്ടാ. ഞാൻ അത് കൈകാര്യം ചെയ്തോളാം. അവൻ നാളെ സ്കൂളിൽ വരുന്നോ?'

'ഇല്ല സാർ.'

'ശരി, രണ്ടു ദിവസത്തേക്ക് വിടണ്ടാ. കുറഞ്ഞിട്ടൊക്കെ വിട്ടാൽ മതി.'

ആ സംഭാഷണം അവിടെ അവസാനിച്ചെങ്കിലും സുരേഷ് സാർ വല്ലാതെ അസ്വസ്ഥനായിരുന്നു.

രാവിലെ സ്കൂളിലെത്തിയ സുരേഷ്സാർ ആദ്യം പോയത് മൂത്രപ്പുരയുടെ അടുത്തേക്കാണ്. അവിടം കാടുമൂടിക്കിടക്കുന്നു. അവിടം വെട്ടിത്തെളിക്കണം എന്നു ചിന്തിച്ച് തിരികെ ഓഫീസിലേക്ക് നടന്നപ്പോൾ അവിടവിടെ ഒട്ടിച്ചിരിക്കുന്ന സ്മൈലി സ്റ്റിക്കറുകൾ കണ്ട് സാറ് ചിരിച്ചു, 'പിള്ളേരുടെ ഒരു കാര്യമേ, ഇത് ഇവിടാണോ ഒട്ടിക്കുന്നത്?'

തിരിച്ച് ആനന്ദിന്റെ ക്ലാസ്സിന്റെ മുന്നിലൂടെ ഓഫീസിലേക്ക് പോയപ്പോൾ വീണ്ടും അതു തന്നെ ഓർത്തു. എങ്കിലും എന്തിനാ

അവൻ ആ പാവംപിടിച്ചവനെ കുത്തിയത്?

തിരികെ ഓഫീസ് മുറിയിലെത്തി കസേരയിൽ ഇരിക്കുമ്പോ ഴേക്കും കുട്ടികൾ സ്കൂളിൽ എത്തിക്കഴിഞ്ഞിരുന്നു. വന്ന കുട്ടികൾ വട്ടംകൂടി നിന്ന് സംസാരിക്കുന്നത് കണ്ട സുരേഷ്സാർ തലേന്ന ത്തെ സംഭവത്തെക്കുറിച്ചാണോ അവരൊക്കെ പറയുന്നത് എന്ന് ഹാജർ പുസ്തകത്തിൽ ഒപ്പിടാൻ വന്ന മനോജ് സാറിനോടു ചോദിച്ചു.

'ആയിരിക്കാം സാറേ.'

'ഏതായാലും ആനന്ദ് കൊള്ളാമല്ലോ അവൻ ഇങ്ങനെ ചെയ്യു മായിരുന്നോ?'

മനോജ് സാറിന് ലിസ ടീച്ചറുടെ മുഖത്തെ വിഷമം വായിച്ചെടു ക്കാൻ പറ്റുമായിരുന്നു.

ടീച്ചർ ഒപ്പിട്ടു കൊണ്ടിരിക്കേ ഹെഡ്മാസ്റ്റർ ചോദിച്ചു,

'ആനന്ദ് എത്തിയോ ടീച്ചറേ?'

'ആനന്ദ് ക്ലാസ്സിലുണ്ട്. മനു വരില്ല സാർ.'

'ഉം...ഞാൻ വിളിച്ചിരുന്നു. കൈയ്ക്ക് രാവിലെ ചെറിയ നീര് വച്ചിട്ടുണ്ട്. ഇനി നാളെ അവന് ആശുപത്രിയിൽ പോകണം. പതു ക്കെ എല്ലാം മാറിയിട്ട് വന്നാൽ മതി എന്നു പറഞ്ഞു ഞാൻ. ടീച്ചറ് ക്ലാസ്സിലേക്ക് പൊയ്ക്കോ. ഞാനങ്ങോട്ട് വന്നേക്കാം.'

നീണ്ട ബെല്ലിനു ശേഷം പ്രാർത്ഥനയ്ക്കായി ചെറിയ ബെല്ല് കൊടുത്തു. അസംബ്ലിയിൽ നിരനിരയായി നിന്ന കുട്ടികൾ അച്ചട ക്കമുള്ളവരായി ക്ലാസ്സിലെത്തി. ഹാജർ വിളിക്കുന്നതിനിടയിൽ ത്രീ എന്നു പറയുന്നത് എല്ലാവരും ശ്രദ്ധിച്ചു. ആനന്ദാണ്.

അവന്റെ ശബ്ദം തന്നെ മാറിയിരിക്കുന്നു. ലിസ ടീച്ചർ തലപൊ ക്കി നോക്കി. ഹാജർ വച്ചു കഴിഞ്ഞ് പാഠം പഠിക്കാനായി തുടങ്ങി യപ്പോൾ സുരേഷ് സാർ ക്ലാസ്സിലെത്തി. 'ടീച്ചറേ ആ ജഗത്ത് എവിടെ?' ചോദ്യം കേട്ട് ടീച്ചറും ജഗത്തും ഉൾപ്പെടെ ക്ലാസ്സ് ഒന്ന ടങ്കം ഞെട്ടി.

'ഇവിടെ വാടാ.'

'എന്ത് കുരുത്തക്കേടാ നീ ഉണ്ടാക്കിയത്? ഈ കൊച്ചനെ ക്കൊണ്ടു തോറ്റു.' ടീച്ചർ തലയിൽ കൈവച്ചു. 'വാടാ ഇവിടെ.' സുരേഷ് സാറിന്റെ വിളി കേട്ട് ജഗത്ത് കാര്യമൊന്നും അറിയാതെ സാറിന്റെ പിന്നാലെ ചെന്നു.

'സാറേ ഞാൻ....ഞാനൊന്നും ചെയ്തില്ല. എന്താ സാറേ...'

'വാടാ ഇവിടെ, നിന്നെ ഇന്ന് ഞാൻ...'

ദേഷ്യം പിടിച്ച് സുരേഷ് സാർ ഓഫീസ് റൂമിലേക്കു നടന്നു. അവിടെ എത്തിയപ്പോൾ ജഗത്തിനോട് അകത്തേക്ക് വരാൻ പറഞ്ഞു. പിന്നെ മുന്നിലെ കസേര ചൂണ്ടിക്കാണിച്ച് പറഞ്ഞു,

'ഇരിക്കടാ അവിടെ.'

അവന് വിശ്വസിക്കാനായില്ല. ചീത്ത പറഞ്ഞ് കൊണ്ടുവന്ന സാറ് തന്നോട് കസേരയിൽ ഇരിക്കാൻ പറയുന്നു! മടിച്ചു മടിച്ച് അവൻ കസേരയിലിരുന്നു.

'എടാ ജഗത്തേ, ഇന്നലെ എന്താ ക്ലാസ്സിൽ നടന്നത്? നീ പറ. അവരു തമ്മിൽ എന്താ ഉണ്ടായത്? സത്യം സത്യം പോലെ പറയണം. നിനക്കറിയാം കാര്യം.'

'സാറേ ഇന്നലെ ചോറുണ്ടിട്ട് ഞാൻ മൂത്രമൊഴിക്കാൻ പോയപ്പോൾ ആനന്ദ് അവിടെ നിൽക്കുവായിരുന്നു. കാര്യം കഴിഞ്ഞ് ഞാനിങ്ങ് പോന്നു. പിന്നെ കുറേക്കഴിഞ്ഞാ അവൻ വന്നത്. ഞാൻ തിരിച്ചു വന്ന് ക്ലാസ്സിലിരുന്നപ്പോൾ എല്ലാവരും വർത്തമാനം പറയുകയായിരുന്നു. മനു പുസ്തകം നോക്കിയിരുന്നതും ഞാൻ കണ്ടതാ സാറേ.'

'എന്നിട്ടോ....?'

'അപ്പോൾ ആനന്ദ് കയറി വന്നു. അവന്റെ മുഖത്ത് എന്തോ ഒരു മാറ്റംപോലെ തോന്നി. അതാ ഞാൻ ശ്രദ്ധിക്കാൻ കാരണം. പെട്ടെന്ന് അവൻ മനുവിനോട് ഇരിക്കുന്നിടത്തു നിന്നും മാറാൻ പറഞ്ഞു.'

'എന്നിട്ട് ....?'

'മനു മാറാൻ തുടങ്ങുന്നതിനു മുൻപു തന്നെ അവൻ കോമ്പസ് എടുത്ത് ആഞ്ഞുകുത്തി. കൈവലിച്ചു മാറ്റിയ കൊണ്ടാ സാറേ ചെറിയതായി കൊണ്ടത്.'

'എടാ സത്യമാണോ?'

'സാറേ, അമ്മയാണെ സത്യം. എന്റെ ഈ രണ്ടു കണ്ണു കൊണ്ട് കണ്ടതാ, അമ്മേപ്പിടിച്ച് ഞാൻ കള്ളസത്യം ഇടത്തില്ല സാറേ.'

'പിന്നെ, ആനന്ദും മനുവും കൂട്ടുകാരല്ലേ? പിന്നെന്താ ഇപ്പോ പ്രശ്നം? അവർ തമ്മിൽ ഉടക്കിയോ?'

'സാറേ, ഇപ്പോ ആനന്ദിന് കുറച്ചു ദിവസമായി എന്തോ മാറ്റം ഉണ്ട്. പുതിയ ചില കൂട്ടുകാർ... അങ്ങനെ... മനു മിണ്ടാൻ ചെന്നാൽ മിണ്ടില്ല.'

'ശരിയെടാ.. പിന്നൊരു കാര്യം, ഏതായാലും നിന്നെ ഇത് ചോദിക്കാനാ വിളിപ്പിച്ചതെന്ന് ആരോടും പറയണ്ടാ. ടീച്ചർ ചോദിച്ചാൽ അച്ഛൻ എന്തോ പരാതി പറഞ്ഞു അതു ചോദിക്കാൻ വിളി

ച്ചതാണെന്ന് പറഞ്ഞാ മതി കേട്ടോ. ഇന്നാ ഈ ചോക്ലേറ്റ് നീ കൈയിൽ വയ്ക്ക്. ഇത്തിരി കുരുത്തക്കേടു കാട്ടുമെങ്കിലും നീ നല്ല കുട്ടിയാണ്. ആനന്ദിന് എന്തു പറ്റിയെന്ന് നമുക്ക് കണ്ടു പിടിക്കണ്ടേ? അതിന് നിനക്ക് പറ്റും. എന്നു കരുതി പഠിത്തം ഉഴപ്പരുത്. കേട്ടോ.'

സുരേഷ് സാറ് കൊടുത്ത മിഠായി വാങ്ങി പോക്കറ്റിലിടുമ്പോൾ അവന്റെ കണ്ണിൽ അതിശയമായിരുന്നു.

'എടാ നീ എല്ലാവരേയും ഒന്ന് ശ്രദ്ധിച്ചോണേ. ആരേലും എന്തേലും കുരുത്തക്കേട് കാണിച്ചാൽ നീ എന്നോട് പറയണം. നിനക്ക് അത് പെട്ടെന്ന് കാണാൻ പറ്റും. ഇല്ലേ?'

സുരേഷ് സാർ കൊടുത്ത അംഗീകാരമായിരുന്നു ജഗത്തിന് ഈ വാക്കുകൾ.

'സാറേ, സാറേ ...എനിക്ക് ഒരു ചെറിയ സംശയം. കുറച്ചു ദിവസമായി, അവൻ ഉച്ചക്ക് ഉണ്ടിട്ട് പുറത്ത് പോകാറുണ്ട്.'

'ആര് ആനന്ദോ?'

'അതേ, പിന്നെ താമസിച്ചാ വരുന്നത്.'

'എവിടാ അവൻ പോകുന്നത്?'

'സാറേ ആ ജൂസ് കടയിലാണെന്ന് തോന്നുന്നു. ബെല്ലടിക്കുമ്പോൾ ഓടിയാ വരുന്നത്.'

'ശരി ശരി, നീ ഒന്ന് നോക്കണേ.'

ജഗത്ത് ക്ലാസിലെത്തിയെന്നുറപ്പായശേഷം പ്യൂണിനെ വിട്ട് ലിസടീച്ചറേ വിളിപ്പിച്ചു.

'ടീച്ചറേ ഇരിക്ക്.'

'എന്താ സാറേ ജഗത്ത് എന്തെങ്കിലും ....?'

'ഇല്ല, എയ് അവന്റെ കാര്യമല്ല. ടീച്ചറേ ആനന്ദിനെ ഒന്ന് ശ്രദ്ധിക്കണം. അവന്റെ സ്വഭാവത്തിലൊരു മാറ്റം കാണുന്നുണ്ട്.'

'സാറേ, ഇപ്പോഴും അവൻ ഡസ്ക്കിൽ തല വച്ച് കിടക്കുവാ, അവനെന്തോ പ്രശ്നമുണ്ട്.'

'ഞാൻ അവന്റെ അച്ഛനോടു സംസാരിക്കും മുൻപ് ചില കാര്യങ്ങൾ എനിക്ക് വ്യക്തമാകാനുണ്ട്. അധികം വൈകില്ല. ഏതായാലും ടീച്ചർ അവനെ ഒന്നു ശ്രദ്ധിക്ക്, ഇത് ആരോടും പറയരുത്. കുട്ടിയല്ലേ നമുക്ക് ശരിയാക്കാം.'

ടീച്ചർ തിരിച്ചുപോയി. സംഭവം നടന്നിട്ട് ഒരു ദിവസം പിന്നിടുന്നു. ഇതു വരെ ആനന്ദിനെ വിളിച്ച് ചോദ്യം ചെയ്തിട്ടില്ല. അത് തെറ്റായി ചിത്രീകരിക്കപ്പെടും. ഇവിടെ ആനന്ദിനെ വിളിച്ച് രണ്ട്

അടി കൊടുത്തു തീർക്കാവുന്ന വിഷയമല്ല. ആനന്ദിന്റെ വീട്ടുകാരെ സ്കൂളിൽ വരുത്തി താക്കീത് കൊടുത്താൽ ഹെഡ്മാസ്റ്റർ എന്ന നിലയിൽ തന്റെ ഭാഗം സുരക്ഷിതം ആക്കാം. പക്ഷേ, അതല്ല ഇവിടെ വിഷയം. യഥാർത്ഥത്തിൽ എന്താണ് നടന്നത് എന്നതുപോലെ പ്രധാനമാണ്, എന്തുകൊണ്ട് അത് സംഭവിച്ചു എന്നതും. ഒരു ദിവസം കൂടി ക്ഷമിച്ചേ പറ്റൂ.

ആനന്ദ് ഏതോ അപകടത്തിലാണ്.

അവനെ രക്ഷിക്കണം.

രക്ഷിച്ചേ തീരൂ.

സുരേഷ് സാർ ഉറപ്പിച്ചു.

○○

അധ്യായം മൂന്ന്

സാധാരണ അഞ്ചു മണിയായാലും ഓഫീസ് അടച്ചുപോകാത്ത സുരേഷ്സാർ അന്നു പതിവിലും നേരത്തേ സ്കൂളിൽ നിന്നിറങ്ങി.

'സാറ് പോവാണോ...?'

'അതെ പോകട്ടെ. നല്ല തലവേദന, ഡോക്ടറെ ഒന്ന് കാണണം.'

മരുന്ന് വേണോ എന്ന ക്ലാർക്കിന്റെ ചോദ്യത്തെ സ്നേഹപൂർവ്വം നിരസിച്ച് തന്റെ കാറിൽ കയറി റോഡിലേക്ക് ഇറങ്ങി. സ്കൂളിന്റെ മുന്നിലെ ജ്യൂസ് കടയുടെ മുന്നിലെ മുന്തിയയിനം ബൈക്കുകൾ ശ്രദ്ധിച്ചു കൊണ്ട് അദ്ദേഹം വാഹനമോടിച്ചു പോയി.

'ശ്ശോ... ഇവന്മാർക്ക് കുറച്ച് പതിയെ പോയിക്കൂടെ!' തൊട്ടടുത്തു കൂടി ചീറിപ്പാഞ്ഞ ഡ്യൂക്കിനെ നോക്കി സാർ മനസ്സിൽ പറഞ്ഞു. പോകുന്ന വഴിയിൽ പലതും ചിന്തിച്ച് സുരേഷ്സാർ ടൗണിലെത്തി. അലക്ഷ്യമായി റോഡിലൂടെ നടക്കുന്ന കുട്ടികൾ, തിരക്കു നിറഞ്ഞ ഫുഡ് കോർണറുകൾ, റോഡിലേക്ക് നീളുന്ന ബിവറേജിന്റെ ക്യൂ, ഇവ കടന്ന് കാറ് നേരേ പോയത് എക്സൈസ്സ് ഓഫീസിലേക്ക്.

'കൃഷ്ണകുമാർ സാർ ഡ്യൂട്ടിയിലുണ്ടോ...?'

റിസപ്ഷനിലിരുന്ന വനിതാ ഗാർഡ് തലപൊക്കി നോക്കി.

'സാർ അകത്തുണ്ട്, പറയണോ?'

'വേണ്ടാ ഞാൻ കയറി കണ്ടോളാം.'

അദ്ദേഹം എക്സൈസ് ഓഫീസറാണ്. സുരേഷിന്റെ ബാല്യകാല സുഹൃത്തുമാണ്. ആദ്യത്തെ സൗഹൃദവർത്തമാനത്തിനു ശേഷം വന്നത് ഗൗരവമുള്ള കാര്യവുമായാണ് എന്നു കണ്ട് അദ്ദേഹം കൂട്ടുകാരനെ തന്റെ കാബിനിലേക്ക് ക്ഷണിച്ചു.

'വാ, ഇരിക്കടാ, നീ സംഗതി കാണിക്ക്, നോക്കട്ടെ ഞാൻ.'

സുരേഷ് സാർ നീട്ടിയ ഒരു സ്മൈലി സ്റ്റിക്കർ വാങ്ങി കൃഷ്ണ

കുമാർ തിരിച്ചും മറിച്ചും നോക്കി.

'നിനക്കിത് എവിടുന്ന് കിട്ടി...?'

'സ്കൂളിന്റെ മൂത്രപ്പുരയുടെ ഭിത്തിയിൽ നിന്ന് ഇളക്കിയെടുത്തതാ...'

'ഒരെണ്ണമേയുള്ളോ ഇത്?'

'അല്ലടാ, കുറേയുണ്ട് ഞാൻ ഒന്നേ ഇളക്കിയിട്ടുള്ളു.'

'ഇത് കുഴപ്പമാണല്ലോ. ഇന്ന് പല തരത്തിലാ മരുന്ന് എത്തുന്നത്... അതിലൊന്നാ ഇത്.'

'മരുന്നോ? എന്ത് മരുന്ന്?'

'മയക്കുമരുന്ന്. ഇത് അതുതന്നാ... സ്മൈലി! മയക്കുമരുന്നാ ഇതിന്റെ അടിയിലുള്ളത്.' നിന്റെ സ്കൂളിലെ പിള്ളേര്... നീ പേടിക്കണ്ട... നമുക്ക് നോക്കാം.'

'അതല്ലടാ ഇന്നലെ സ്കൂളിൽ ഒരു സംഭവമുണ്ടായി. പത്തിൽ പഠിക്കുന്ന ഒരു കുട്ടി കോമ്പസു വച്ച് കൂട്ടുകാരന്റെ കൈയ്യിൽ കുത്തി. ഉച്ചയ്ക്കായതുകൊണ്ട് ചോര കണ്ടമാനം പോയി.'

'മുറിവ് എങ്ങനെ?'

'മുറിവൊന്നും കുഴപ്പമില്ല.'

'അതല്ല... കുത്തിയ ആനന്ദ് വെറും പാവം പിടിച്ച കുട്ടിയാ. നല്ല പോലെ പഠിക്കുന്ന, അനുസരണയുള്ള കുട്ടി. കുത്തുകൊണ്ടവനും മര്യാദക്കാരൻ. പെട്ടെന്ന് പ്രകോപിതനായി കുത്തിയതാണെന്നാണ് പറയുന്നത്. പിള്ളേര് പറഞ്ഞപ്പോൾ ഞങ്ങൾക്ക് വിശ്വസിക്കാൻ പറ്റിയില്ല. പിന്നീടാ ഞാൻ ആനന്ദിനെക്കുറിച്ച് തിരക്കിയത്. അവനിപ്പോൾ വലിയ മാറ്റം. ഉച്ചക്ക് ഊണ് കഴിഞ്ഞ് പുറത്തു പോകും. പലപ്പോഴും മൂത്രപ്പുരയുടെ അടുത്തു വച്ച് മറ്റു പിള്ളേര് അവനെ കാണുന്നു. ക്ലാസ്സിൽ കയറിയാൽ എപ്പോഴും തലവേദന എന്നു പറഞ്ഞ് ഡസ്കിൽ കമഴ്ന്ന് കിടക്കുന്നു. ഈ സംഭവം നടക്കുമ്പോഴും അവന്റെ മുഖത്ത് ഒരു ഭാവമാറ്റവുമില്ല. എനിക്കാകെ പേടി തോന്നുന്നു കുമാറേ...'

'നീ സമാധാനമായിട്ടിരിക്ക്. വാ ആദ്യം നമുക്കു പോയി ഓരോ ചായ കുടിക്കാം.'

ഓഫീസിന് പുറത്തിറങ്ങി റോഡിലെ തട്ടുകടയിൽ നിന്ന് ചായ വാങ്ങിക്കുടിക്കുന്നതിനിടയിൽ കൃഷ്ണകുമാർ പറഞ്ഞു, 'ഞാൻ പറയുന്നത് നീ ശ്രദ്ധിച്ച് കേൾക്കണം, കുറച്ചു ദിവസമായി ഞങ്ങളുടെ ടീം നിന്റെ സ്കൂളിന്റെ പരിസരത്തുണ്ട്. നിന്റെ സ്കൂളിന്റെ പരിസരത്ത് മരുന്ന് കൈമാറ്റം നടക്കുന്നുണ്ട്. പക്ഷേ, ഇതുവരെ

ആളെ കിട്ടിയിട്ടില്ല. പിടികൂടാൻ അറിയാഞ്ഞിട്ടല്ല. പെട്ടെന്ന് ഒരു നീക്കം നടത്തിയാൽ പെടുന്നത് നിന്റെ സ്കൂളിലെയും അപ്പുറത്തെ കോളേജിലെയും കുട്ടികൾ മാത്രമാകും. നമുക്ക് വേണ്ടത് ഇതിന്റെ വരവ് എവിടുന്നാണ് എന്നതാണ്. തലയാണ് കണ്ടെത്തേണ്ടത്. വാല് പിന്നീടായാലും മതി.

'ആ ജ്യൂസ് കട ഇതിന്റെ ഒരു സെന്ററാണ്. തെളിവില്ലാതെ പിടിക്കാൻ പറ്റില്ല. അങ്ങനെ പിടിച്ചാൽ അവര് ഊരും, നമുക്ക് ചീത്തപ്പേരുമാകും. നിന്റെ സ്കൂളിന്റെ അകത്തും പിള്ളേർക്ക് സപ്ളേ ഉണ്ടോ എന്ന സംശയത്തിലാ ഞങ്ങൾ.'

എല്ലാം കേട്ടു കഴിഞ്ഞപ്പോൾ സുരേഷ് സാറിന് കാര്യങ്ങളുടെ കിടപ്പ് ഏകദേശം പിടികിട്ടി. എത്രത്തോളം കുട്ടികളിൽ ഈ പറയുന്ന മരുന്നിന്റെ സ്വാധീനം എത്തിയിട്ടുണ്ട് എന്ന് അറിയില്ല. ഒന്നുറപ്പാണ്. ആനന്ദ് ഏതോ വിധത്തിൽ സ്വാധീനിക്കപ്പെട്ടിരിക്കുന്നു. അവനെ രക്ഷിക്കണം. കൃഷ്ണകുമാറിന്റെ നിർദ്ദേശപ്രകാരം ആനന്ദിന്റെ അച്ഛനോട് വിവരങ്ങൾ ധരിപ്പിക്കാം എന്നൊരു നിലപാടിൽ എത്തിയ ശേഷമാണ് അദ്ദേഹം മടങ്ങിയത്.

കാറിൽ കയറി തിരക്കു കുറഞ്ഞ നിരത്തിലെത്തിയ ശേഷം, സുരേഷ് സാർ ആനന്ദിന്റെ അച്ഛനെ വിളിച്ചു. അദ്ദേഹം പി.ടി.എ എക്സിക്യൂട്ടീവ് മെമ്പറാണ്. അതിനാൽത്തന്നെ അദ്ദേഹത്തെ വിളിക്കാൻ മറ്റ് കാരണം കണ്ടെത്തേണ്ടതില്ല. ഒന്ന് വീട്ടിലേക്കു വരാമോ എന്നു ചോദിച്ചപ്പോൾ അദ്ദേഹം ഓഫീസ് വിട്ടു മടങ്ങും വഴി വീട്ടിൽ കയറാം എന്നു സമ്മതിച്ചു. വീട്ടിലെത്തി ഒന്ന് ഫ്രഷായി വരുമ്പോഴേക്കും ആനന്ദിന്റെ അച്ഛനെത്തി.

എന്നാ സാറേ പി.ടി.എ കൂടുന്നത് എന്നു ചോദിച്ചു കൊണ്ടാണ് അദ്ദേഹം അകത്തേക്കു വന്നത്. ഇരുന്നു കഴിഞ്ഞ ശേഷം, ഒരു മുഖവുരയോടെ സുരേഷ് സാർ പറഞ്ഞു,

'പ്രദീപ്സാറേ സത്യത്തിൽ ഞാൻ വിളിച്ചത് പി.ടി.എയുടെ കാര്യം പറയാനല്ല, ഞാൻ പറയുന്നത് സാർ ക്ഷമയോടെ കേൾക്കണം.'

'സാർ കാര്യം പറയൂ. മുഖവുര എന്തിനാ നമുക്കിടയിൽ?'

ഭാര്യ കൊണ്ടു വച്ച ചായ മുന്നിലേക്കു നീക്കിവച്ച് സുരേഷ് സാർ പറഞ്ഞു, 'സാർ ചായ കുടിക്ക്, ഇന്നലെ സ്കൂളിൽ ഒരു സംഭവമുണ്ടായത് അറിഞ്ഞു കാണുമല്ലോ സാർ?'

'ഇല്ല, എന്ത് സംഭവം?'

സുരേഷ് സാർ സംഭവം വിവരിച്ചു.

'ആനന്ദോ!'

'ഉം. ആനന്ദാണ് അത് ചെയ്തത്. അതിൽ പക്ഷേ, മനുവിന് പരാതിയില്ല. അവർ തമ്മിൽ വഴക്കിട്ടപ്പോൾ അറിയാതെ പറ്റിയ താണെന്ന് അവൻ പറഞ്ഞു. അവന്റെ വീട്ടുകാരും അതൊരു പ്രശ്നമാകരുത് എന്ന നിലപാടിലാണ്. എന്നാൽ അതല്ല, കുറച്ച് ദിവസമായി ആനന്ദിന്റെ സ്വഭാവത്തിലൊരു മാറ്റം ക്ലാസ് ടീച്ചർ ശ്രദ്ധിക്കുന്നു.'

'എന്ത് മാറ്റം?'

'ഉച്ച സമയത്ത് അവൻ സ്കൂളിന് വെളിയിൽ പോകുന്നുണ്ട്. അവൻ ഇടക്കിടയ്ക്ക് മൂത്രപ്പുരയുടെ അടുത്തും പോയി നിൽക്കുന്നുണ്ട്.'

'അതിന്...?'

'അവന് തലവേദനയെന്നും പറഞ്ഞ് ഡസ്കിൽ കമഴ്ന്ന് കിടപ്പാണ് മിക്ക സമയത്തും. സാർ തെറ്റിദ്ധരിക്കരുത്, അവൻ തെറ്റായ കൂട്ടുകെട്ടിൽ ചെന്നുപെട്ടോ എന്നൊരു സംശയം...'

'സാർ എന്താ ഈ പറയുന്നത്?'

ഇരുന്നിടത്തു നിന്ന് ചാടി എണീറ്റ് ആനന്ദിന്റെ അച്ഛൻ ആക്രോശിച്ചു.

'എന്റെ മോൻ അങ്ങനെയൊന്നും ചെയ്യില്ല. എനിക്കുറപ്പുണ്ട്. നിങ്ങൾക്ക് ആള് മാറിയതാ.'

'സാർ ഇരിക്കൂ. ഞാൻ പറയുന്നത്...'

'വേണ്ടാ സാറേ, സാറിനറിയില്ലേ എന്റെ ആനന്ദിനെ? പ്രൈമറി മുതൽ കാണുന്നതല്ലേ? എന്തെങ്കിലും പേരുദോഷം കേൾപ്പിച്ചിട്ടുണ്ടോ അവൻ?'

'ഇല്ല, അതുകൊണ്ടുതന്നെയാ ഞാൻ ഇതുവരെ അവനോട് ഇതേക്കുറിച്ച് സംസാരിക്കാതിരുന്നത്. സ്കൂളിൽ എല്ലാവരും പറഞ്ഞു ചോദിക്കാൻ പക്ഷേ, എനിക്ക് പറ്റുന്നില്ല.'

'എന്ത് സംസാരിക്കാനാ സാറേ? ഒരു കാര്യം പറഞ്ഞേക്കാം... അവനെ പറ്റി അനാവശ്യം പറഞ്ഞാൽ. കുട്ടികളാവുമ്പോൾ തല്ലും പിടിയും ഉണ്ടാകും. അതവര് തീർത്തോളും.'

'ആനന്ദിന്റെ അച്ഛൻ സമാധാനപ്പെട്, നമുക്ക് വഴിയുണ്ടാക്കാം, പക്ഷേ, ഈ കാര്യത്തിൽ എന്നോടൊപ്പം നിന്ന് സഹകരിക്കണം.'

'ഇല്ല, എന്റെ മോനെ മോശക്കാരനാക്കുന്ന ഈ പ്രചരണത്തിൽ ഒരു സഹകരണവും ഇല്ല. കണ്ട താന്തോന്നിപ്പിള്ളാരെ പോലെ എന്റെ മകനെ നിങ്ങൾ കാണരുത്. ഇന്നലെ രാത്രിയിലും പാതിരാ

ത്രിക്കു ഞാൻ ഉണർന്ന് നോക്കിയപ്പോൾ അവന്റെ മുറിയിൽ വെട്ടമുണ്ടായിരുന്നു. എന്റെ കുഞ്ഞ് ഉറക്കമൊഴിഞ്ഞിരുന്ന് പഠിക്കുവാ... അവന്റെ ഫുൾ എ പ്ലസ് ലക്ഷ്യം നിങ്ങളായി തകർക്കരുത്. അവനെപ്പറ്റി മേലിൽ തോന്ന്യാസം പറഞ്ഞേക്കരുത്. കുട്ടികളുടെ അവകാശ നിയമത്തെക്കുറിച്ച് ഒരു ഹെഡ്മാസ്റ്റർക്ക് ഞാൻ ക്ലാസ് എടുക്കേണ്ടല്ലോ അല്ലേ? പിന്നെ, മനുവിന്റെ കാര്യം അവന്റെ അച്ഛനും ഞാനും കൂട്ടുകാരാ അത് ഞാൻ തീർത്തോളാം. സാർ അതിലിടപെടണ്ട.'

സുരേഷ് സാർ ആകെ വിഷണ്ണനായി. ഇനി എന്താണ് ചെയ്യുക? മകനെക്കുറിച്ച് അമിത പ്രതീക്ഷയുള്ള അച്ഛന്റെ സ്വാഭാവിക പ്രതികരണമാണ്. പക്ഷേ, തനിക്ക് ആ വികാരത്തള്ളലല്ല, ആ കുട്ടിയെ രക്ഷിച്ചെടുക്കുകയാണ് വേണ്ടത്.

'ചിലപ്പോൾ എനിക്ക് കിട്ടിയ വിവരം തെറ്റായിരിക്കാം... എന്റെ തെറ്റായിരിക്കാം.' സുരേഷ് സാർ പറഞ്ഞൊപ്പിച്ചു.

'കൊള്ളാം നല്ല ബെസ്റ്റ് ഹെഡ്മാസ്റ്റർ! വല്ല താന്തോന്നികളും പറയുന്നത് കേട്ടിട്ട്, ഒന്ന് കൃത്യമായി അന്വേഷിക്കാതെ എന്റെ മോനേ കുറ്റക്കാരനാക്കാൻ വരുന്നോ? കാണിച്ചു തരാം നിങ്ങളെ.'

അയാൾ ഒച്ചയെടുത്ത് അവിടെ നിന്നും ഇറങ്ങിപ്പോയി.

ആ പോക്കു നോക്കി നിൽക്കവേ സുരേഷ് സാറിന്റെ കണ്ണു നിറഞ്ഞു.

○○

അധ്യായം നാല്

പ്രഭാതനടത്തം കഴിഞ്ഞു വന്നു പത്രം വായനയും തീർത്തപ്പോൾ സുരേഷ് സാറിന്റെ ഭാര്യ, രണ്ടു കൈകളിലും ഓരോ കപ്പ് ചൂടു ചായയുമായി സാറിന്റെ അടുത്തു വന്നിരുന്നു.

'അല്ല സാറേ, എന്താ രാവിലെ ഇങ്ങനെ ഒരു ഇരുത്തം? വാർത്ത വായിച്ചിരുന്നാൽ മതിയോ, പോകണ്ടേ സ്കൂളിൽ? എട്ടു മണി ആകുന്നു.'

അതുകേട്ട് സുരേഷ്സാർ, തന്റെ കൈയിലെ ചായ വേഗം കുടിച്ചിട്ട് ഗ്ലാസ്സുമായി എഴുന്നേറ്റു. രാത്രിയിലെ ഉറക്കം ആനന്ദിന്റെ അച്ഛന്റെ ഭാവമാറ്റത്താൽ നഷ്ടപ്പെട്ടതാണ്. തിരിഞ്ഞും പിരിഞ്ഞും കിടന്ന് ഒടുവിൽ ഒന്നുറങ്ങിയത് വെളുപ്പിന്, അതു കാരണം പ്രഭാതസവാരിയുടെ സമയക്രമവും മാറിപ്പോയിരുന്നു. വേഗം തയാറായി കാറിൽ കയറിയപ്പോൾ സുരേഷ്സാറിന് ഒന്നുറപ്പായിരുന്നു, തന്റെ പാത, അതു ശരിയുടെ പക്ഷത്താണ്. പതിവുപോലെ ഓഫീസ് മുറിയിലെത്തി ഹാജർ രേഖപ്പെടുത്തിയ ശേഷം സാർ സ്കൂൾ പരിസരത്തേക്കിറങ്ങി ക്ലാസ്സുകളും പരിസരവും എല്ലാം ഭദ്രമാണെന്നുറപ്പാക്കി തിരികെ ഓഫീസ് മുറിയെ ലക്ഷ്യമാക്കി നടന്നു.

'ഇങ്ങനെ ആയാൽ എന്തു ചെയ്യും സുമ ടീച്ചറേ?' അരവിന്ദൻ സാറാണ്. അറ്റൻഡൻസ് ഒപ്പിടാൻ വന്ന സാവിത്രിയമ്മ ടീച്ചറോട് കുശുകുശുക്കുന്നു. സ്കൂളിലെ ഏതു വിഷയത്തിലും വിയോജിപ്പുമായി എത്തുന്ന രണ്ടു പേരാണവർ. എന്തിലും തിന്മ മാത്രം കാണാൻ പ്രത്യേക കഴിവുള്ളവർ.

'അല്ല, അരവിന്ദൻ സാറേ കാശുള്ളവർക്ക് മാത്രം എന്താ ഒരു പ്രത്യേകത?'

'അതുപിന്നെ അറിയില്ലേ, സുരേഷ് സാറിന് ചിലരുടെ മക്കളോട് ഒരു പരിഗണനയുണ്ട് ടീച്ചറേ.'

'ശരിയാ അവന്റെ അച്ഛൻ പി.ടി.എ എക്സിക്യൂട്ടീവ് മെമ്പറാ, പോരെങ്കിൽ ഉദ്യോഗക്കാരനും, സാറ് ഒന്നു പറഞ്ഞേ സാധാരണ ക്കാരന്റെ പിള്ളേർക്ക് ഒരു നീതി, മറ്റുള്ളവർക്ക് മറ്റൊരു നീതി. കൊള്ളാം.' സാവിത്രിയമ്മ എരിതീയിലേക്ക് എണ്ണ പകർന്നു.

'നമ്മളെന്തു പറയാനാ ടീച്ചറേ, എല്ലാം ചിലരുടെ ഒക്കെ താല്പ ര്യം, അല്ലെങ്കിൽ ആ ചെറുക്കനോട് ഒന്നു സംസാരിക്കുകയെ ങ്കിലും ചെയ്യില്ലേ?' അരവിന്ദൻ സാറിന് പറഞ്ഞിട്ടും പറഞ്ഞിട്ടും തീരുന്നില്ല.

ഇതെല്ലാം കേട്ടുകൊണ്ട് തന്നെ സുരേഷ്സാർ വന്നു തന്റെ കസേരയിൽ ഇരുന്നു.

സ്കൂൾ വാഹനം പലകുറി വന്നു പോയി.

ക്ലാസ്സുകളിൽ കുട്ടികൾ നിറഞ്ഞു.

ഹാജർ രേഖപ്പെടുത്തി സാറന്മാർ കുട്ടികളുടെ ഹാജർ ബുക്കു മായി ക്ലാസ്സിലേക്ക്.

'സാർ .....'

ഉച്ചഭക്ഷണത്തിന്റെ മെനു നോക്കി രുചി റജിസ്റ്റർ എഴുതിക്കൊ ണ്ടിരുന്ന ഹെഡ്മാസ്റ്റർ തലപൊക്കി,

'എന്താ ലിസ ടീച്ചറേ?'

'സാർ ഒരു കാര്യം പറയാനുണ്ട്. സ്റ്റാഫ് റൂമിൽ ആകെ ഒരു സംസാരം.'

'എന്താ ടീച്ചറേ?'

'അത് ആനന്ദിന്റെ കാര്യത്തിൽ സാർ എടുത്ത നിലപാടിനെക്കു റിച്ച് ലേഡീസ് സ്റ്റാഫ് റൂമിലും ജെന്റ്സ് സ്റ്റാഫ് റൂമിലും ഒരു സംസാരമുണ്ട്. സാർ ഒരു വിശദീകരണം ചോദിക്കുകയോ, രക്ഷ കർത്താവിനെ വരുത്തുകയോ, തക്കതായ ശിക്ഷ കൊടുക്കുകയോ ചെയ്തിട്ടില്ല എന്ന് ആ അരവിന്ദൻസാറും, സാവിത്രിയമ്മടീച്ചറും പറഞ്ഞു നടക്കുന്നു. മാത്രവുമല്ല, അവരുടെ ക്ലാസ്സിലെ കുട്ടികളു ടെയും ആനന്ദിന്റെ ക്ലാസ്സിലെ കുട്ടികളുടെയും രക്ഷകർത്താക്കളു മായി ഇക്കാര്യം സംസാരിച്ചു എന്നാണ് തോന്നുന്നത്. പി.ടി.എ യിലെ ചിലരിലും ഈ വർത്തമാനം എത്തിയിട്ടുണ്ടെന്നു തോന്നു ന്നു സാർ. സാറിതൊന്ന് സൂക്ഷിക്കണം.'

പ്രാർത്ഥനയ്ക്ക് അടിച്ച ബെല്ലു പോലും സുരേഷ് സാറിന്റെ കാതുകളെ ഉണർത്തിയില്ല. അസ്വസ്ഥനായ അദ്ദേഹം പെട്ടെന്ന് സീനിയർ അസിസ്റ്റന്റ് ഫാത്തിമടീച്ചറെ വിളിച്ചു വരുത്തി.

അസംബ്ലി കഴിഞ്ഞ് ക്ലാസ്സുകൾ ആരംഭിച്ചു.

12.15 ന്റെ മണി മുഴങ്ങി, സുരേഷ് സാർ പ്യൂണിനെ വിളിച്ച് നോട്ടീസ് ബുക്ക് കൊടുത്തു.

'എല്ലാ അദ്ധ്യാപകരേയും കാണിച്ച് ഒപ്പിടീച്ച് വരണം.' സാർ പറഞ്ഞു.

ബഹുമാന്യ സഹപ്രവർത്തകരേ,

നമ്മുടെ സ്കൂളിലെ ജീവനക്കാരുടെ ഒരു അടിയന്തിര യോഗം ഇന്നേ ദിവസം പകൽ 3 മണിക്ക് സ്കൂൾ ആഡിറ്റോറിയത്തിൽ വച്ച് കൂടുന്ന വിവരം എല്ലാ ജീവനക്കാരേയും അറിയിക്കുന്നു. ഇതിന്റെ ഭാഗമായി ഇന്ന് ഉച്ചയക്ക് 2.30 വരെ മാത്രമേ കുട്ടികൾക്ക് ക്ലാസ്സ് ഉണ്ടാകുകയുള്ളു എന്ന വിവരവും ഇതിനാലറിയിക്കുന്നു.

എന്ന്

(ഒപ്പ്)

സ്റ്റാഫ് സെക്രട്ടറി

ഹെഡ്മാസ്റ്ററുടെ നോട്ടീസ് പ്രകാരം 2.30 ന് അദ്ധ്യയനം അവസാനിച്ചു. സ്കൂൾ വാഹനങ്ങളിൽ കുട്ടികൾ വീട്ടിലേക്കു പോയി.

മൂന്നു മണിക്കു തന്നെ ഹെഡ്മാസ്റ്ററുടെ അദ്ധ്യക്ഷതയിൽ യോഗം ആരംഭിച്ചു. ഈശ്വര പ്രാർത്ഥനയ്ക്ക് ശേഷം സ്റ്റാഫ് സെക്രട്ടറി സ്വാഗതം പറഞ്ഞു. ഹെഡ്മാസ്റ്റർ കാര്യവിശദീകരണം നടത്തി. അദ്ദേഹം പറഞ്ഞു.

'നാമിന്നു കൂടിയിരിക്കുന്നത് സ്കൂളിൽ നടന്ന ഒരു അടിയന്തര വിഷയത്തെക്കുറിച്ച് ചർച്ച ചെയ്യാനാണ്. നമുക്ക് എല്ലാവർക്കും സ്കൂളിൽ നടന്ന വിഷയങ്ങൾ അറിവുള്ളതാണല്ലോ? രണ്ട് കുട്ടികൾ തമ്മിൽ പെട്ടെന്നുണ്ടായ പ്രകോപനത്തിന്റെ ഫലമായി ആനന്ദ്, അവന്റെ കൂട്ടുകാരനായ മനുവിന്റെ കയ്യിൽ കോമ്പസ്സിന് കുത്തി. ഈ വിഷയത്തെക്കുറിച്ച് അദ്ധ്യാപകർ വ്യക്തമായ അഭിപ്രായം പറയേണ്ടതാണ്..'

'സാർ, ഇക്കാര്യത്തിൽ സ്കൂളിന്റെ നിലപാട് തീർത്തും തെറ്റാണ്.' അരവിന്ദൻ സാർ ആദ്യമേ അഭിപ്രായം പറഞ്ഞു.

'ഇങ്ങനെ ഒരു നിലപാട് എടുക്കാൻ കാരണം കുത്തേറ്റ കുട്ടിയുടെയും ആ കുട്ടിയുടെ രക്ഷകർത്താവിന്റെയും അഭ്യർത്ഥന മാനിച്ചതിനാലാണ്. മനു സ്വയം തെറ്റ് ഏറ്റെടുത്ത സമീപനമാണുണ്ടായത്. മനുവിനോ വീട്ടുകാർക്കോ ഈ വിഷയത്തിൽ ഒരു പരാതിയുമില്ല.' സുരേഷ് സാർ വിശദീകരിച്ചു.

'സാർ പറയുന്നത് ശരിയല്ല. ക്ലാസിലെ കുട്ടികൾ സത്യം നമ്മളോട് പറഞ്ഞതാണ്, മനുവിന്റെ അച്ഛനും ആനന്ദിന്റെ അച്ഛനും

കൂട്ടുകാരാണ് എന്നുള്ളതുകൊണ്ട് ആ കൂട്ടുകെട്ട് നമ്മുടെ സ്കൂളിന്റെ അച്ചടക്കത്തെ ബാധിക്കാൻ പാടില്ല. പി.ടി.എ അംഗത്തിന്റെ മകനായതു കൊണ്ട് സാർ കൊടുക്കുന്ന പ്രത്യേക പരിഗണന കൊണ്ടാണ് ഈ വിഷയം ഇങ്ങനെ അവസാനിപ്പിക്കുന്നത്, ഇതൊരു ശരിയായ കാര്യമല്ല.' അരവിന്ദൻ സാർ വിടാൻ ഭാവമില്ലായിരുന്നു.

'ബഹുമാനപ്പെട്ട അദ്ധ്യാപകരെ, നിങ്ങൾ പറയുന്നതിന്റെ വികാരം എനിക്കു മനസ്സിലാവുന്നുണ്ട്. ഇതൊരു ചെറിയ വിഷയമല്ല, ഇതിന്റെ യഥാർത്ഥ കാരണം കാണാനുള്ള ശ്രമത്തിലാണ് ഞാൻ. എല്ലാ അദ്ധ്യാപകരും എന്നോട് അതിനായി സഹകരിക്കണം.' സുരേഷ് സാർ വിശദീകരിക്കാൻ ശ്രമിച്ചു.

'ഓ, ഇനി എന്ത് കണ്ടെത്താനാ സാറേ? ഒരുത്തന്റെ കൈ കുത്തിക്കിഴിച്ചത് കാണാത്ത സാർ എന്ത് കണ്ടെത്തുമെന്നാ? സാറേ, സാറ് ആനന്ദിന്റെ രക്ഷകർത്താക്കളെ വിളിച്ചുവരുത്തി ഒന്ന് സംസാരിക്കുക പോലും ചെയ്തില്ല പിന്നെ ഞങ്ങൾ എന്തിന് സഹകരിക്കണം, പറ്റില്ല.' അരവിന്ദൻ സാർ കട്ടായം പറഞ്ഞു. സാവിത്രിയമ്മ ടീച്ചറും അതേറ്റു പിടിച്ചു.

അതു കേട്ട് ലിസ ടീച്ചർ എഴുന്നേറ്റു. അവർ പറഞ്ഞു,

'മനുവിന്റെ രക്ഷകർത്താക്കളെ ഒരു ക്ലാസ്സ് ടീച്ചർ എന്ന നിലയിൽ അന്നു മുതൽ ഞാൻ വിളിക്കുന്നുണ്ട്, അവർ ഇന്നും പറഞ്ഞത് അവർക്ക് പരാതിയില്ല എന്നാണ്, സാവിത്രി ടീച്ചർ അത് മനസ്സിലാക്കണം.'

'ലിസ ടീച്ചറേ, ഞാൻ ആ ക്ലാസ്സിൽ ഫിസിക്സ് പഠിപ്പിക്കുന്ന അദ്ധ്യാപികയാ, എനിക്കും അവിടുത്തെ കുട്ടികളുമായി ബന്ധമുണ്ട്. അവരു പറയുന്നത് മനുവിനെ ആനന്ദ് കയ്യിൽ പിടിച്ചു വച്ച് കുത്തിയെന്നാണല്ലോ.' സാവിത്രിയമ്മ വിട്ടുകൊടുക്കാനുള്ള ഭാവത്തിലല്ല.

'ലിസ ടീച്ചർ സുരേഷ് സാറിന്റെ വക്കാലത്ത് ഏറ്റെടുക്കേണ്ട.'

അരവിന്ദൻ സാറിന്റെ വാക്കുകൾ കേട്ട് ഒരു നിമിഷം എല്ലാവരും നിശബ്ദരായി.

ഈ സമയത്ത് സുരേഷ് സാർ എഴുന്നേറ്റു.

'നാം ഈ കണ്ടതെല്ലാം ഒരു വലിയ മഞ്ഞുമലയുടെ വെറുമൊരു തുമ്പാണ്. ഇതിലും എത്രയോ വലുതാണ് ആ മഞ്ഞുമല. നമ്മുടെ സ്കൂളിൽ നടന്നത് ഒരു ചെറിയ സംഭവം മാത്രമാണ്. ഈ വിഷയത്തിൽ ഇതിൽ കൂടുതൽ വെളിപ്പെടുത്താനാവില്ല ഈ ഘട്ടത്തിൽ.'

സുരേഷ് സാറിന്റെ വാക്കുകളിൽ സംഭവത്തിന്റെ ഗൗരവത നിലനിന്നിരുന്നു. സാർ തുടർന്നു,

'നമ്മുടെ വിദ്യാലയത്തെ കുറിച്ച് നാം ഒന്നു ചിന്തിക്കണം. ഇവിടെ പഠിച്ച വിദ്യാർത്ഥികളിൽ ഇന്ന് സംസ്ഥാന ഭരണചക്രം തിരിക്കുന്ന ചീഫ് സെക്രട്ടറി മുതൽ പലരും ഉണ്ട്. അങ്ങനെ അനേകം മഹാരഥന്മാർക്ക് ജന്മം കൊടുത്ത നമ്മുടെ സ്കൂളിനുണ്ടാകുന്ന ഒരു ചെറിയ കളങ്കം പോലും തുടർന്നുള്ള നമ്മുടെ സ്കൂളിന്റെ നിലനില്പിനെ ബാധിക്കും. ഇത്തരം വിഷയങ്ങൾ മാധ്യമങ്ങൾ ഏറ്റെടുത്താൽ നമ്മുടെ സ്കൂളിന്റെ അവസ്ഥ എന്താകും എന്നൊന്നു ചിന്തിച്ചേ, അങ്ങനെ എന്തെങ്കിലും ചീത്തപ്പേരുണ്ടായാൽ അതിന്റെ ഉത്തരവാദി ഞാൻ തന്നെയാണോ? നിങ്ങൾക്കും ഇതിൽ നിന്നും ഒഴിഞ്ഞു മാറാൻ പറ്റുമോ? ഈ പ്രതിസന്ധി നാം ഒന്നിച്ച് തരണം ചെയ്യും അതിനായി ഒന്നിച്ചു നിൽക്കാൻ തയ്യാറുള്ളവക്കു കൈ ഉയർത്താം.'

കൈകൾ ഉയർന്നു. പക്ഷേ, രണ്ടു കൈകൾക്ക് ഉയരാൻ താമസം. അതു സാറിന്റെ ശ്രദ്ധയിൽപ്പെട്ടു. സാർ തുടർന്നു പറഞ്ഞു.

'അരവിന്ദൻ സാറിന്റെയും സാവിത്രിയമ്മ ടീച്ചറിന്റെയും കൈകൾ ഉയരാൻ താമസിക്കുമെന്ന് എനിക്കറിയാമായിരുന്നു. നാളിന്നു വരെ സ്കൂളിന്റെ നല്ല കാര്യങ്ങൾക്കൊന്നും നിങ്ങളുടെ കൈകൾ ഉയർന്നു ഞാൻ കണ്ടിട്ടുമില്ല. പിന്നെ ഇക്കാര്യത്തിൽ മനുവിന്റെ വീട്ടുകാർ പരാതി നൽകിയാൽ വേണ്ട നടപടി കൃത്യമായും എടുക്കും, മാത്രവുമല്ല ഇക്കാര്യത്തിൽ ഒരു പരാതിയില്ല എന്ന് മനുവിന്റെ അച്ഛൻ എഴുതിത്തന്ന അപേക്ഷ ദാ, എന്റെ മുന്നിലുണ്ട്. അതു കൊണ്ടാണ് തുടർനടപടികൾ എടുക്കാതിരുന്നത്. എന്നു കരുതി ഞാൻ വെറുതേ ഇരിക്കുകയായിരുന്നില്ല. ആനന്ദിന്റെ അച്ഛനോട് കാര്യങ്ങൾ ധരിപ്പിക്കുകയും ചെയ്തിട്ടുണ്ട്. വേണമെങ്കിൽ ഇക്കാര്യത്തിലും ഗവേഷണം നടത്താവുന്നതാണ്. പിന്നെ, രണ്ടു പേരും ഒരു കാര്യം മനസ്സിലാക്കണം. ഇപ്പോൾ ആവശ്യം ഒറ്റക്കെട്ടായി നിൽക്കുകയെന്നതാണ്. കലക്കവെള്ളത്തിൽ മീൻ പിടിക്കുന്ന സ്വഭാവം ശരിയല്ല. നമുക്ക് ഒത്തുചേർന്ന് നില്ക്കാം. ഉടൻ തന്നെ അടുത്ത മീറ്റിംഗ് ഉണ്ടായിരിക്കുന്നതാണ്. അതുവരെ ഈ വിഷയത്തെക്കുറിച്ച് ചർച്ച വേണ്ട, ഇവിടെ ടീച്ചേഴ്സ് റൂമിൽ മാത്രമല്ല, ക്ലാസ്സിൽ കുട്ടികളോടും അവരുടെ പേരന്റ്സിനോടും.'

മീറ്റിംഗ് അവസാനിച്ചപ്പോഴേക്കും നാലു മണി കഴിഞ്ഞിരുന്നു. അദ്ധ്യാപകർ പുറത്തേക്ക് പോയിക്കഴിഞ്ഞ് സുരേഷ് സാർ

തിരികെ ഓഫീസ് റൂമിലെത്തി.

പെട്ടെന്ന് സാർ ആ മുറിയിൽ ഒരു ആളനക്കം കണ്ടു. നോക്കുമ്പോൾ അത് പത്ത് എയിലെ ശ്രുതിയാണ്.

'എന്താ ശ്രുതി വീട്ടിൽ പോയില്ലേ?' സാർ പരിഭ്രമിച്ചു.

ഓഫീസ് മുറിയുടെ കതകിനു പിന്നിലായി പതുങ്ങി നിൽക്കുകയായിരുന്നു ആ കുട്ടി.

'ഇല്ല സർ ഞാൻ പോയില്ല. എനിക്ക് സാറിനോട് ഒരു കാര്യം സംസാരിക്കാനുണ്ട്.'

'എന്താ ശ്രുതി '

'സർ, അത് ആനന്ദിനെ കുറിച്ചാണ്.'

'എന്താ മോളെ പേടിക്കണ്ട പറഞ്ഞാട്ടെ.'

'സാർ ആനന്ദിനെ എനിക്ക് കുഞ്ഞിലേ മുതൽ അറിയാം. ഇപ്പോൾ അടുത്തിടെയായി അവനു വളരെ വലിയ മാറ്റം കാണുന്നുണ്ട്. ആനന്ദ് മാത്രമല്ല നമ്മുടെ സ്കൂളിലെ കുറേ കുട്ടികൾ ചേർന്ന ഒരു ഗ്യാങ് ഉണ്ട്. അതിലെ പലരും ശരിയല്ല സാർ. എനിക്കു മാത്രമല്ല ഞങ്ങടെ ക്ലാസ്സിലെ ജഗത്തിനും ഇതെല്ലാമറിയാം. പറയാൻ വന്നത് ഇതൊന്നുമല്ല, സാർ ഇതൊന്നു കണ്ടാട്ടെ.'

ഒരു മടക്കിയ കടലാസ്സു കഷണം അവൾ സുരേഷ് സാറിനു നേരേ നീട്ടി, സാർ അത് വാങ്ങി വായിച്ചു.

'എന്റെ മാത്രം ശ്രുതിയ്ക്ക്,

ശ്രുതീ... നീയില്ലാതെ എനിക്ക് ജീവിക്കാനാവില്ല. ഇന്നു നീ എന്നെ ഇഷ്ടമാണെന്നു പറഞ്ഞില്ലെങ്കിൽ എനിക്ക് ഭ്രാന്ത് പിടിക്കും. ഇനിയും എനിക്ക് സഹിക്കാൻ വയ്യ. ഒന്നു പറയാം, ഞാനെന്താണ് ചെയ്യുക എന്ന് എനിക്കു പോലും അറിയില്ല. പ്ലീസ്.... ശ്രുതി... പ്ലീസ്.... നിന്നെ ഞാൻ ആർക്കും കൊടുക്കില്ല. ആർക്കും. ചത്താലും ഞാൻ.... നിന്നെ എനിക്ക് വേണം.' ആനന്ദ്, ശ്രുതിക്ക് എഴുതിയ കത്ത് ആ അവസാനിക്കുന്നത് ഈ വാചകങ്ങളിലാണ്. അത് എഴുതിയിരിക്കുന്നതാകട്ടെ ചോര കൊണ്ടും!

സാർ ഞെട്ടി,

'ദൈവമേ ഈ കൊച്ചനെന്താ ഇങ്ങനെ? മോളേ ഇതെന്നാ നിനക്കവൻ തന്നത്?'

'ഇന്നലെ. സാർ ഞാനിതാദ്യം വാങ്ങിയില്ല, വാങ്ങാതിരുന്നപ്പോൾ ആനന്ദിന് ദേഷ്യം വന്നു, അവൻ വിറയ്ക്കുന്നുണ്ടായിരുന്നു. പേടിച്ചിട്ടാ സാർ ഞാനിത് വാങ്ങിയത് അല്ലെങ്കിൽ അവനെന്നെ...'.

'ഈ കത്തു തന്നതിനു ശേഷമല്ലേ മനുവിനെ കുത്തിയത്?'

'അതെ സർ.... അന്നുച്ചയ്ക്ക് എന്നോടു മറുപടി ചോദിച്ചു. ഞാൻ ഒന്നും മിണ്ടിയില്ല. അതിന്റെ ദേഷ്യത്തിലാണവൻ മനുവിനെ... പേടിച്ചിട്ടാ സാർ ഞാനാരോടും പറയാതിരുന്നത്. പക്ഷേ... ജഗത്തിനോടു ഞാൻ പറഞ്ഞു. ജഗത്ത്, വാഷ് റൂമിൽ പോയി വന്ന ശേഷം ആനന്ദ് വരാത്തതെന്താ എന്നു ശ്രദ്ധിച്ചിരുന്നു. ജഗത്ത് വികൃതി കാട്ടുമെങ്കിലും മോശം കുട്ടിയല്ല. പേടിച്ചിട്ടാ ഞാൻ അവൻ ചോദിച്ചപ്പോൾ എല്ലാം പറഞ്ഞത്. വീട്ടിലറിഞ്ഞാൽ...'

'മോളു പേടിക്കണ്ടാ, ഈ സംഭവം തൽക്കാലം ഇനി ആരോടും ഒന്നും പറയുകയും വേണ്ടാ...'.

'നാലര കഴിഞ്ഞല്ലോ, മോളേ... ബസ്സ് പോയില്ലേ, നീ എങ്ങനെ വീട്ടിലേക്ക് പോകും? ഞാൻ നിന്റെ അച്ഛനെ വിളിക്കാം.'

പത്തു മിനിട്ടിനുള്ളിൽ ശ്രുതിയുടെ അമ്മ ആകെ പരിഭ്രമിച്ചാണു വന്നത്.

'ശ്രുതിക്ക് ഇംഗ്ലീഷിന്റെ നോട്ട് കംപ്ലീറ്റ് ചെയ്യാനുണ്ടായിരുന്നു അതാ താമസിച്ചത്. ഞാനാ പറഞ്ഞത് ഒറ്റയ്ക്ക് ഇനി പോകണ്ടാ, അച്ഛൻ വരട്ടെന്ന്. അതാ വിളിച്ചത്.' സാറ് അവരെ ശാന്തമാക്കി.

ഉള്ളിൽ നിറഞ്ഞ ഭയത്തോടെ, നിറകണ്ണുകളോടെ അമ്മയുടെ സ്കൂട്ടറിന്റെ പിറകിലിരുന്നു പോകുന്ന ശ്രുതിയെ നോക്കി അദ്ദേഹം ഓഫീസ് കെട്ടിടത്തിന്റെ വരാന്തയിൽ നിന്നു. പിന്നെ, കൃഷ്ണകുമാറിനെ വിളിക്കാനായി ഫോൺ കൈയിലെടുത്തു.

അധ്യായം അഞ്ച്

കാറിന്റെ സ്പീഡോമീറ്ററിലെ സൂചി മൂന്നക്കം കടന്നിരിക്കുന്നു. ഇത്ര വേഗത്തിൽ ആ സ്വിഫ്റ്റ് കാർ ഇന്നേവരെ പാഞ്ഞിട്ടില്ല. വീടിനു സമീപത്തെ ഹംപിൽ കയറി വാഹനമൊന്നുലഞ്ഞപ്പോഴാണ് ആനന്ദിന്റെ അച്ഛന് സ്ഥലകാലബോധം വന്നത്. പെട്ടെന്ന് വേഗം നിയന്ത്രിച്ച് ഗേറ്റ് കടന്ന് പോർച്ചിൽ കാർ വന്നുനിന്നു.

തികച്ചും അസ്വസ്ഥമായിരുന്നു ആ മനസ്സ്. വന്നിറങ്ങി, ഹാളിലെ കസേരയിൽ ഇരുന്ന് ഫാൻ സ്പീഡ്കൂട്ടി കാറ്റുകൊണ്ടു.

'ചായ ....' ആനന്ദിന്റെ അമ്മ ചായയുമായി എത്തി.

'എന്തു പറ്റി ഒരു വല്ലായ്ക? ഇന്നലെ മുതൽ ഞാൻ ശ്രദ്ധിക്കുന്നു. ഓഫീസിൽ എന്തെങ്കിലും ഇഷ്യൂ?' ആനന്ദിന്റെ അമ്മ ചോദിച്ചു.

സാധാരണ ചായ വാങ്ങി ചൂടോടെ ഊതി ഊതി കുടിക്കുന്ന ഭർത്താവ്, അന്നു ചായ ടേബിളിന്റെ പുറത്തേക്ക് വച്ചു.

'ഉം പ്രശ്നങ്ങൾക്കാണോ കുറവ്, നീ നേരത്തേ എത്തിയോ, അവൻ എവിടെ.....?'

'മോൻ നേരത്തേയെത്തി. തലവേദനയാണെന്നും പറഞ്ഞാ കയറിവന്നത്, പിന്നെ ചെന്നുനോക്കിയപ്പോൾ പഠിക്കുവായിരുന്നു.'

രാത്രിയിൽ ഉറക്കമൊഴിച്ചിരുന്നു പഠിച്ചാൽ തലവേദനയെടുക്കുമെന്ന അമ്മയുടെ സ്ഥിരമായ നിഗമനംകേട്ട് ഒന്ന് അമർത്തി മൂളി, അച്ഛൻ മുറിക്കുള്ളിലേക്ക് പോയി.

വീട്ടുജോലിക്കിടയിൽ ഭാര്യ വിളിച്ചുപറയുന്ന കാര്യങ്ങൾ ഭർത്താവു കേട്ടതേയില്ല. ചില ചോദ്യങ്ങൾ അദ്ദേഹത്തിന്റെ മനസ്സിനെ അലട്ടികൊണ്ടിരുന്നു. സുരേഷ്, എന്താവും മോനേ പറ്റി അങ്ങനെ പറഞ്ഞത്? അവന് മോനോട് എന്തെങ്കിലും ദേഷ്യമുണ്ടാകേണ്ട കാര്യമില്ലല്ലോ. പിന്നെന്തിനാ അവൻ അങ്ങനെ പറഞ്ഞത്? അവൻ പറഞ്ഞതിലെന്തെങ്കിലും സത്യമുണ്ടാവുമോ? ഉണ്ടെങ്കിൽ

അത് കണ്ടുപിടിച്ച് മോനേ തിരുത്തണ്ടേ? അതല്ല സുരേഷ് പറഞ്ഞത് വെറുതെയാണെങ്കിൽ അത് ടീച്ചേഴ്സിനെ ബോധ്യപ്പെടുത്തണ്ടേ?

മാത്രവുമല്ല, ഇന്നെങ്കിലും അനിലിനെ വിളിക്കണം. ആനന്ദിന്റെ ഭാഗത്തു നിന്നും സംഭവിച്ചത് എന്താണെന്നറിയാൻ അതാണ് നല്ലത്, ഒന്നങ്ങോട്ടു പോയാലോ? ആദ്യം ഒന്നു വിളിക്കാം.

കുറേ ചിന്തിച്ചു കൂട്ടിയ ശേഷം, ആനന്ദിന്റെ അച്ഛൻ ഫോൺ കൈയ്യിലെടുത്തു. കൂട്ടുകാരനെ ഡയൽ ചെയ്തു. ഭാര്യ കേൾക്കാതിരിക്കാൻ മുറ്റത്തേക്ക് ഇറങ്ങി നിന്നു. അനിൽ ഫോൺ എടുത്തു.

'എടാ ഇന്നാണ് ഞാൻ അറിഞ്ഞത്. സുരേഷ് സാർ പറഞ്ഞു. ശരിക്കും എന്താടാ പറ്റിയത്? മനുവിന് എങ്ങനുണ്ട്?'

'പ്രദീപേ, നീ ടെൻഷനാവാതെ, പിള്ളേരു തമ്മിൽ എന്തോ തമാശകളിച്ചതാ. പക്ഷേ, മനുവിന്റെ കൈയിൽ കോമ്പസു കൊണ്ടു. നീ അത് സീരിയസ് ആക്കി അവനെ അടിക്കുവൊന്നും വേണ്ട. സുരേഷ് സാറിനോട് ഞങ്ങൾക്കു പരാതിയില്ല എന്ന് ഞാൻ എഴുതിക്കൊടുത്തിട്ടുണ്ട്.'

'മുറിവ് ആഴത്തിലാണോ? എന്തു ചെയ്യുമെടാ പിള്ളേര് ഇങ്ങനെ തുടങ്ങിയാൽ?'

'എടാ മനു പറയുന്നു ആനന്ദിന് ഇപ്പോൾ എപ്പോഴും തലവേദനയാണെന്ന്. നീ ഒരു നല്ല ഡോക്ടറെ കാണിക്ക് അവനെ. ചിലപ്പോൾ പഠിത്തത്തിന്റെ ടെൻഷൻ കൊണ്ട് മൂഡ് മാറുന്നതാവും.'

'ഉം, ഞാൻ നോക്കട്ടെ, നിന്നെ വിളിക്കാം.'

പ്രദീപ് ഫോൺ വെച്ചു. അകത്തുചെന്നു കിടന്നു.

'കൊള്ളാം വന്നിട്ടിതുവരെ കുളിച്ചില്ലേ, വെറുതെ കിടക്കുകയാണോ'.

ഭാര്യയുടെ വാക്കുകൾ കേട്ട് ആനന്ദിന്റെ അച്ഛൻ കുളിക്കാനായി എഴുന്നേറ്റു.

കുളി കഴിഞ്ഞിറങ്ങുമ്പോൾ മകന്റെ മുറിയുടെ പകുതി ചാരിയ വാതിൽ പതിയെതുറന്ന് അകത്ത് കയറി. അച്ഛന്റെ വരവ് ചരിഞ്ഞു കിടന്നു പുസ്തകത്തിൽ കണ്ണോടിച്ചിരുന്ന ആനന്ദ് അറിഞ്ഞില്ല. അടുത്തു കാൽപ്പെരുമാറ്റം കേട്ട് തികഞ്ഞുനോക്കിയ ആനന്ദ് ഒന്നു നടുങ്ങി. പതിവില്ലാതെ അച്ഛൻ മുറിക്കുള്ളിൽ, എന്താണാവോ കാര്യം.

'എന്തെടുക്കുവാ നീയ്?'

പഠിക്കുവാണെന്ന് കണ്ണിൽ നോക്കി കള്ളംപറയുന്ന മകനെ

മനസ്സിലാക്കാൻ അച്ഛന് പെട്ടെന്ന് കഴിയുമായിരുന്നു.

'എന്താടാ ഈ മേശപ്പുറത്ത് ഇങ്ങനെ വാരിവലിച്ചിട്ടിരിക്കുന്നത്?' അതും ചോദിച്ചുകൊണ്ട് മേശപ്പുറത്തിരുന്ന ഒരു ബുക്ക് എടുത്തു തുറക്കാൻ തുടങ്ങുന്നതു കണ്ട ആനന്ദ് ഒരു നടുക്കത്തോടെ ചാടി എണീറ്റ് ....'അച്ഛൻ അതവിടെ വെച്ചേക്ക് ...' എന്നു പറഞ്ഞു.

തന്റെ മകൻ എന്തോ മറയ്ക്കാൻ തുടങ്ങുന്നു എന്നു മനസ്സിലാക്കിയ അച്ഛൻ മുറിക്കു പുറത്തേക്ക് നടന്നപ്പോൾ മനസ്സിൽ ഒരു ചോദ്യം അവശേഷിച്ചു.

'എന്തു പറ്റി എന്റെ മോന്?'

ഊണുകഴിക്കാൻ വിളിക്കുന്നതു കേട്ട്, അച്ഛൻ കൈകഴുകി ഇരുന്നു.

'അവൻ വന്നില്ലേ?'

ഭക്ഷണം വേണ്ടാ തലവേദനയാ കിടക്കട്ടെ എന്നു പറഞ്ഞു കിടന്ന അവന്റെ അടുത്തേക്ക്, അച്ഛൻ എഴുന്നേറ്റു ചെന്നു.

'എന്താ മോനേ നിന്റെ തലവേദന കടുതലാണോ'. കണ്ണു തുറന്ന് നോക്കിയ ആനന്ദിനോട് അച്ഛൻ ചോദിച്ചു. 'മനുവിന്റെ അച്ഛനെ കണ്ടിരുന്നു, അവൻ പറഞ്ഞു...'

പെട്ടെന്ന് കിടക്കയിൽ എഴുന്നേറ്റ് ഇരുന്നിട്ട് അവൻ ചോദിച്ചു, 'എന്തു പറഞ്ഞു അങ്കിൾ.....?'

'നിനക്ക് സ്കൂളിൽ വച്ച് എപ്പോഴും തലവേദനയെന്നും പറഞ്ഞ് ഡസ്കിൽ തലവച്ച് കിടപ്പാണെന്ന്...'

ആനന്ദ് ഒന്ന് ദീർഘശ്വാസം വിട്ടു. അവന്റെ ഭാവമാറ്റം അച്ഛൻ കൃത്യമായി തിരിച്ചറിഞ്ഞു.

ലീവ് എടുത്ത് നാളെ ആശുപത്രിയിൽ പോകാമെന്ന അച്ഛന്റെ വാക്കുകളെ നിരസിച്ച ആനന്ദ്, ഉറക്കമില്ലാതെ രാത്രി മുഴുവൻ പഠിച്ചിട്ടാണ് എന്നൊരു ന്യായവും കണ്ടെത്തി.

അച്ഛൻ, ഭക്ഷണം കഴിക്കാനായി നിർബന്ധപൂർവം ആനന്ദിനെ ഊണ് മേശക്കു മുന്നിലിരുത്തി.

'കഴിക്ക് മോനേ'.

അമ്മയുടെ വാത്സല്യത്തിനു മുന്നിലും അവന്റെ തല ഉയർന്നില്ല. കുറച്ചു ദിവസമായി ഇവൻ ആഹാരം കഴിക്കുന്നില്ല, ആഹാരത്തിനു മുന്നിലിരുന്നിട്ട് എഴുന്നേറ്റു പോകുകയാണെന്ന അമ്മയുടെ വാക്കുകൾ കേട്ട് അച്ഛൻ ആനന്ദിനെ നോക്കി.

'അവന് ചോറു വേണ്ടെങ്കിൽ ചപ്പാത്തി കൊടുക്ക്'.

എനിക്ക് വേണ്ടാ ഞാൻ വൈകിട്ട് ജ്യൂസ് കടയിൽ നിന്നും പഫ്സും ജ്യൂസും കഴിച്ചതാണ് എന്നു പറഞ്ഞ് എഴുന്നേറ്റ് കൈ കഴുകി നേരേ മുറിയിലേക്ക് കയറി വാതിൽ "പടേ" എന്നടച്ച് കുറ്റിയിട്ടു.

'ആനന്ദേ വാതിൽ കുറ്റിയിട്ട് കിടക്കണ്ടാ'.

അച്ഛന്റെ ഒച്ച പൊങ്ങിയപ്പോൾ കതകിന്റെ കുറ്റി അവൻ എടുത്തു.

ഭക്ഷണം കഴിച്ച് കിടപ്പുമുറിയിൽ എത്തിയപ്പോൾ അമ്മ തന്റെ ആശങ്ക പങ്കുവച്ചു.

'ആനന്ദിന് മൊത്തത്തിലൊരു മാറ്റം ചേട്ടൻ ശ്രദ്ധിച്ചായിരുന്നോ അത്?'

അവൻ പഴയ ആനന്ദല്ല, അവന്റെ സ്വഭാവത്തിലും പെരുമാറ്റത്തിലും വലിയ മാറ്റം സംഭവിച്ചു എന്ന അമ്മയുടെ വാക്കുകൾ അച്ഛന്റെ മനസ്സിനെ അലട്ടി.

നമ്മുടെ മോന് വലിയ മാറ്റമാണുള്ളത്, അവൻ കൈവിട്ടു പോകുമോ എന്ന ആശങ്കയും അച്ഛൻ പങ്കുവച്ചു. എന്നാൽ, അവൻ ചെറുപ്രായമല്ലേ ഈ പ്രായത്തിൽ കുട്ടികളൊക്കെ ഇങ്ങനെയാ എന്ന പൊതുധാരണയിൽ അമ്മ ഉറക്കമായി. പക്ഷേ, അച്ഛന് അങ്ങനെ സമാധാനിച്ച് ഉറങ്ങാൻ കഴിഞ്ഞില്ല. അച്ഛൻ പലവട്ടം മകനറിയാതെ മുറിയിലേക്ക് നോക്കി. അപ്പോഴെല്ലാം മുറിക്കുള്ളിൽ ലൈറ്റുള്ളതായിക്കണ്ട് തിരിച്ചുപോന്നു.

ഉറക്കമില്ലാതെ കസേരയിൽ മണിക്കൂറുകൾ ചിലവഴിച്ച ആ അച്ഛൻ വെളുപ്പിന് മകന്റെ മുറിയിലെത്തി ഉറക്കത്തിലാണ്ടു കിടന്ന മകനെ നോക്കി, ശബ്ദമുണ്ടാക്കാതെ മേശപ്പുറത്തിരുന്ന അവന്റെ ബാഗുമായി തിരികെ പോന്നു. ആരും അറിയാതെ ബാഗ് പലവട്ടം പരിശോധിച്ചു. വിശദമായ പരിശോധനയിൽ ബാഗിന്റെ ഉള്ളിലെ ചെറിയ അറയിൽ ഒരു പേഴ്സ് കണ്ടെത്തി.

അവന് എന്തിനാണ് ഇത്തരം പേഴ്സ് എന്നു ചിന്തിച്ച് തുറന്നു നോക്കിയ അച്ഛന് ഒരു ചെറിയ പൊതിയാണ് അതിൽ നിന്ന് കിട്ടിയത്. അതിനുള്ളിൽ കുറച്ച് വെളുത്ത പൊടി.

എന്താണത് എന്നറിയാൻ വേണ്ടി അതിലെ വളരെ കുറച്ചു ഭാഗം മറ്റൊരു പേപ്പറിൽ പൊതിഞ്ഞെടുത്തു.

കൂടാതെ പേഴ്സിന്റെ അകത്തെ കള്ളിയിൽ നിന്നും കണ്ടെടുത്ത സ്മൈലി സ്റ്റിക്കിൽ നിന്നും ഒരെണ്ണവും എടുത്ത ശേഷം ബാഗ് അതുപോലെ തന്നെ ആനന്ദിന്റെ മേശപ്പുറത്തു വച്ചു.

ഉറങ്ങുന്ന ഭാര്യയുടെ മുഖത്തേക്ക് നോക്കിക്കൊണ്ടു തന്നെ

ആനന്ദിന്റെ അച്ഛൻ ഇതു രണ്ടും സ്വന്തം പേഴ്സിലാക്കി. ഉറക്കച്ചട വിൽ പ്രഭാത സവാരി ഒഴിവാക്കി പ്രഭാതകൃത്യങ്ങൾ ചെയ്തു തീർത്ത് ഓഫീസിലേക്കിറങ്ങുമ്പോൾ ആ പേഴ്സ് എടുക്കാൻ അദ്ദേഹം മറന്നില്ല.

○○

അദ്ധ്യായം ആറ്

അമ്മയുടെ ഉറക്കെയുള്ള വിളി കേട്ടാണ് ആനന്ദ് കണ്ണുതുറന്നത്. അവൻ ചുറ്റും നോക്കി. കട്ടിലിനരിക്കൽ അമ്മ നിൽക്കുന്നതു കണ്ട് കണ്ണു തിരുമി എഴുന്നേറ്റ ആനന്ദ് കട്ടിലിലിരുന്നു.

അമ്മ ഇന്ന് അതിരാവിലെ തന്നെ കുളിച്ചോ! എന്ന സംശയം തീർന്നത് ക്ലോക്കിൽ നോക്കിയപ്പോഴാണ്. സമയം 8 കഴിഞ്ഞിരിക്കുന്നു. രാത്രിയിലെ ഉറക്കം ഒഴിച്ചിൽ മൂലം നേരം ഇത്രയുമായത് ആനന്ദ് അറിഞ്ഞിരുന്നില്ല.

'കുളിച്ച് റെഡിയാക് സ്കൂളിൽ പോകണ്ടതല്ലേ' എന്ന അമ്മയുടെ ചോദ്യം കേട്ട് അവൻ എഴുന്നേറ്റ് അമ്മയുടെ പിന്നാലെ ചെന്നു. കൈയ്യും മുഖവും കഴുകി, ചായ കുടിച്ച്, അവൻ മേശപ്പുറത്ത് വച്ചിരിക്കുന്ന ബാഗിനരികിലെത്തി. ബാഗിരുന്ന സ്ഥലത്തിനു വല്ല മാറ്റുണ്ടോ? ബാഗ് ആരെങ്കിലും എടുത്തു നോക്കിക്കാണുമോ എന്നൊക്കെ അവൻ ചിന്തിച്ചു. പിന്നെ ബാഗിന്റെ സിബ്ബ് തുറന്നു നോക്കി, പിന്നെ, ആശ്വാസത്തോടെ ബാഗ് അടച്ച് അതിന്റെ മുന്നിലത്തെ അറ തുറന്നു. 'പെൻസിൽ ബോക്സ് ഇങ്ങനെയല്ലല്ലോ ഞാൻ വച്ചത്, ആരെങ്കിലും...? അച്ഛനോ .... അമ്മയോ.....'

അസ്വസ്ഥമായ മനസ്സോടെ ബാഗ് അടച്ചു വേഗം മുറിക്കു പുറത്തിറങ്ങി. പ്രഭാത ഭക്ഷണം കഴിക്കാനായി ഡൈനിംഗ് ടേബിളിൽ ഇരുന്നപ്പോൾ അവൻ അച്ഛനെ ശ്രദ്ധിക്കുന്നുണ്ടായിരുന്നു. പതിവിലും കവിഞ്ഞുള്ള അച്ഛന്റെ മൗനം, രണ്ടു ദിവസമായിരിക്കുന്നു. ചോറുപാത്രവും വെള്ളക്കുപ്പിയും ബാഗിലാക്കി സ്കൂളിലേക്ക് ഇറങ്ങും മുൻപ് അവൻ അമ്മയുടെ അടുത്തെത്തി. അമ്മാ ഫീസ് കൊടുത്തില്ല, കണക്ക് സാറിന്. അമ്മ അവനെ നോക്കി, പിന്നെ ബാഗിൽ നിന്നും ക്യാഷ് എടുത്തു കൊടുത്തു. അവനതും വാങ്ങി പുറത്തേക്കിറങ്ങി. സിറ്റൗട്ടിൽ നിന്നിരുന്ന അച്ഛന്റെ മൗനത്തെക്കുറിച്ചും, എന്താണ് അച്ഛന് എന്തെങ്കിലും സംശയമോ മറ്റോ ഉണ്ടോ

എന്നതിനെക്കുറിച്ചുമായിരുന്നു അപ്പോഴും അവന്റെ ചിന്ത. മനു സ്കൂളിൽ വന്നു കഴിഞ്ഞാൽ എല്ലാവരുടേയും സംസാരം ഉറപ്പായും തന്നെക്കുറിച്ചാവും. അവന് ശരീരം വിയർക്കാൻ തുടങ്ങി. എന്തൊരു ടെൻഷനാണിത്. ആ സ്റ്റാമ്പ് ഒരെണ്ണം നാവിനടിയിൽ വച്ചാലോ? വേണ്ട, അഥവാ സുരേഷ് സാർ വിളിപ്പിച്ചാൽ പണിയാകും. ഇങ്ങേർക്ക് ഇത് എന്തിന്റെ കേടാ? ഒന്ന് വിളിച്ച് ചോദിച്ചെങ്കിൽ എനിക്ക് ടെൻഷൻ മാറുമായിരുന്നു. അറിഞ്ഞിടത്തോളം മനു പരാതി കൊടുത്തിട്ടില്ല. അതെന്താവും? ആ ചേട്ടൻ ഇന്നലെ തന്ന പൊടി അല്പം നാവിലിട്ടാലോ? സ്റ്റാമ്പ് പോലെ അല്ല അത്, ശ്രുതിയെ എപ്പോഴും കാണാം അത് കഴിച്ചാൽ... നശിച്ച സ്കൂൾ... എവിടേക്കെങ്കിലും പോയാൽ മതിയായിരുന്നു...

ഓരോന്ന് ആലോചിച്ച് സ്കൂളിലെത്തി ക്ലാസ്സിലേക്ക് നടന്നപ്പോൾ തന്റെ എതിരേവന്ന കുട്ടികളുടെ അടക്കിയുള്ള സംസാരവിഷയവും താനാണോ എന്നവൻ ചിന്തിച്ചു. നടക്കുന്നതിനിടയിൽ ഓഫീസ് കെട്ടിടത്തിന്റെ വാതലിൽ നിന്ന് തന്നെ നോക്കുന്ന സുരേഷ് സാറിന്റെ മുഖഭാവവും അവനിൽ ആശങ്കയുണ്ടാക്കി. മൂത്രപ്പുരയുടെ സമീപത്ത് പലവട്ടം പോയ അവൻ ക്ലാസ്സിലും ഏറെ അസ്വസ്ഥനായിരുന്നു. ഉച്ചയൂണിന് ബെല്ലടിച്ചു. ഊണ്, കഴിച്ചു എന്നു വരുത്തി ആദ്യമേ കൈകഴുകി ടിഫിൻ ബോക്സ് ബാഗിലേക്ക് എറിഞ്ഞിട്ടിട്ട് വേഗം പുറത്തേക്ക് നടന്നു. പക്ഷേ, നടന്ന് ഗേറ്റിനരികിലേക്ക് എത്തിയതും തിരിച്ചു പോന്നതും ഒന്നിച്ചായിരുന്നു.

'എന്തിന്റെ കേടാ ഇങ്ങേർക്ക്' ഗേറ്റിനരികിൽ നിന്ന സുരേഷ് സാറിനെ നോക്കി അവൻ പിറുപിറുത്തു കൊണ്ട് ക്ലാസ്സിന്റെ വാതിൽക്കൽ എത്തി. അല്പസമയത്തിനു ശേഷം വീണ്ടും നടന്നു നീങ്ങി ഗേറ്റിനരികിലെത്തി. ദാ നിൽക്കുന്നു അങ്ങേര് അവിടെത്തന്നെ. ഇതെന്താ പതിവില്ലാതെ, എന്നെ നോക്കാനാണോ ഈ നില്പ്? ആ ചിന്ത വീണ്ടും അവനെ തിരികെ ക്ലാസ്സിന്റെ വാതിൽക്കൽ എത്തിച്ചു. അസ്വസ്ഥനായ അവൻ സ്കൂൾ വരാന്തയിലൂടെ അങ്ങോട്ടുമിങ്ങോട്ടും നടന്നു. ഈ സമയത്ത് റെസ്വാനും, ആന്റോ ജോസഫും ഹെഡ്മാസ്റ്ററുടെ മുന്നിലിടെത്തന്നെ റോഡിലേക്കിറങ്ങിയിരുന്നു.

സുരേഷ് സാറിന്റെ ശ്രദ്ധ മുഴുവൻ ആനന്ദിലായിരുന്നു. എന്തു ചെയ്യണമെന്നറിയാതെ നിന്ന ആനന്ദിന്റെ മുഖം പെട്ടെന്നു സന്തോഷം കൊണ്ടുനിറഞ്ഞു. സുരേഷ്സാർ ഗേറ്റിനരികിൽ നിന്നും കിഴക്കേ കെട്ടിടത്തിന്റെ പിറകിലേക്ക് പോകുന്നു. ഈ തക്കം

നോക്കി ആനന്ദ് പുറത്തിറങ്ങി. അവിടെ കെട്ടിടത്തിന്റെ മറവിൽ നിന്നിരുന്ന ഹെഡ്മാസ്റ്ററുടെ കണ്ണുകൾ ഗേറ്റിലേക്കു തന്നെ ആയിരുന്നു.

സുരേഷ് സാർ പെട്ടെന്ന് ക്ലാസ്സിലെത്തി ജഗത്തിനെ ഓഫീസിലേക്കു വിളിപ്പിച്ചു. നൂറു രൂപ എടുത്തു കൊടുത്തിട്ട് നീ പോയി നിനക്ക് രണ്ട് ബുക്ക് വാങ്ങ് എന്നു പറഞ്ഞു കൊണ്ട് അവരുടെ അടുത്തേക്കയച്ചു. പതിയെ അവിടെ നിന്ന് അവരുടെ സംസാരമെന്തെന്ന് കേൾക്കണമെന്നും ചട്ടം കെട്ടി. ജ്യൂസുകടയോടു ചേർന്നുള്ള ബുക്ക്സ്റ്റാളിൽ നിന്നും ബുക്ക് തിരയുന്ന ജഗത്തിന്റെ കണ്ണും കാതും ജ്യൂസുകടയുടെ മൂലയിൽ പതുങ്ങി നില്ക്കുന്ന ആനന്ദിന്റെയും കൂട്ടുകാരുടെയുമടുത്തായിരുന്നു.

'എടാ ആനന്ദേ നീ എന്താ ഇത്ര താമസിച്ചത്? സാധാരണ നിങ്ങൾ ഒന്നിച്ചല്ലേ വരുന്നത് ഇന്ന് എന്തു പറ്റി?'

'ഒന്നുമില്ല ചേട്ടാ.....'

'ഓ ഒന്നും പറയണ്ടാ ഞങ്ങൾ ഇവനെ നോക്കി കുറേ നേരം. കാണാത്തതു കൊണ്ട് പിന്നെ ഞങ്ങളിങ്ങ് പോന്നു'.

'എന്ത് പറ്റിയടാ ആനന്ദേ'.

'ചേട്ടാ ഞാൻ ആദ്യം ഇറങ്ങിയതാ, ഗേറ്റിന്റെ അടുത്തു വന്നപ്പോൾ അങ്ങേര് അവിടെ നില്ക്കുന്നു.'

'ആര് ..?'

'ഓ ..' എച്ച്.എം......ആ സുരേഷ് സാർ'

'എടാ നീ റെസ്വാനെയും ആന്റോയേയും കണ്ടു പഠിക്കടാ അവന്മാർ അങ്ങേരുടെ മുന്നിലൂടെ പുഷ്പം പോലെ ഇറങ്ങി വന്നതു കണ്ടില്ലേ!'

സുരേഷ്സാറും അച്ഛനും തമ്മിൽ കൂട്ടുകാരാണെന്നും അച്ഛൻ പി.ടി.എ മെമ്പറാണെന്നും ഒക്കെ പറഞ്ഞിട്ടും എവിടെ നിന്നോ വന്ന ആ ചേട്ടൻ അവനോട് കളിയാക്കി സംസാരിച്ചപ്പോൾ ദേഷ്യം കൊണ്ട് അവന്റെ മുഖം തുടുത്തു. ദേഷ്യം ഉള്ളിലടക്കി അവൻ പറഞ്ഞു.

'ചേട്ടാ ഇന്നലെ തന്ന മരുന്ന് 6 എണ്ണം ഇല്ലായിരുന്നു അഞ്ചേയുള്ളു. ചേട്ടൻ 6 എണ്ണമെന്നല്ലേ പറഞ്ഞത് പിന്നെ എന്തു പറ്റി. കൂടാതെ പൊതിയിലെ തരി എന്താ ചേട്ടാ കുറഞ്ഞു പോയത്? കഴിഞ്ഞ ദിവസത്തേക്കാൾ കുറവാണല്ലോ.'

'ഇല്ലടാ ഞാനല്ലേ പൊതി തന്നത് തരിയും സ്റ്റിക്കറും പറഞ്ഞ അത്രയും ഉണ്ട്. നിനക്ക് തന്ന പോലെയാ ഇവന്മാർക്കും കൊടു

ത്തത് ചോദിച്ചു നോക്ക്.'

കൂട്ടുകാർക്ക് കിട്ടിയത് കൂടുതലുണ്ട് എന്നറിഞ്ഞ ആനന്ദിന്റെ നെറ്റി ചുളുങ്ങി, മുഖം വലിഞ്ഞ് മുറുകി. ഇനി അച്ഛനെങ്ങാനും ... ഒന്നാമത് അച്ഛന് എന്തോ സംശയം ഉള്ള പോലെയാ രണ്ടു ദിവസ മായി നോട്ടം, അച്ഛനറിയുമോ എന്ന ആശങ്കയും സുരേഷ്സാർ അറിഞ്ഞാലുള്ള അപകടത്തെ കുറിച്ചും അവൻ ഡ്യൂക്കിൽ വന്ന ചേട്ടനോട് പങ്കുവച്ചു.

'നീ എന്തിനാടാ ടെൻഷനാക്കുന്നത്, പോകാൻ പറയടാ.'

'ചേട്ടാ അതല്ല, വീട്ടിൽ അറിഞ്ഞാലും പ്രശ്നമാണ്, പിന്നെ മനുവിന്റെ കേസ്, ആ ലിസ ടീച്ചർ ചോദിച്ചതിൽ പിന്നെ ആരും ഒന്നും ചോദിക്കുന്നുമില്ല. ചേട്ടൻ പറഞ്ഞ പോലാ ശ്രുതിക്ക് ലറ്റർ കൊടുത്തത്.അതിനു ശേഷം അവൾ എന്റെ മുഖത്തേക്ക് ഒന്നു നോക്കിയിട്ടുപോലുമില്ല. എനിക്ക് വയ്യ ഇങ്ങനെ... ഏത് ഗതികെട്ട നേരത്താണോ ഇങ്ങനെയെല്ലാം ചെയ്യാൻ തോന്നിയത്, പുസ്തക മെടുത്താൽ പഠിക്കാൻ പോലും തോനുന്നില്ല.'

'എടാ ആനന്ദേ കൂൾ' .... നിന്റെ അച്ഛനും അമ്മയും ജോലിക്കാ രല്ലേ അവർക്ക് നല്ല ശമ്പളമില്ലേ, കൂടാതെ പെൻഷനായി കഴിഞ്ഞാൽ കൈനറിയെ കാശും കിട്ടും, ജോലിക്കു പോകാതെ ജീവിക്കാൻ നിനക്കതുതന്നെ ധാരാളം, പിന്നെ പഠിക്കണോ എങ്കിൽ ഇതേലേ രണ്ടെണ്ണം പിടിച്ചാൽ മതി എല്ലാം പെട്ടെന്ന് പഠിക്കുകയും ചെയ്യാം, നല്ല ഓർമ്മയും കിട്ടും. ദാ ഈ ചേട്ടന് എഞ്ചിനീയറി ങ്ങിന് റാങ്കുണ്ട് അറിയാമോ നിനക്ക്? പിന്നെ ശ്രുതി, അവളു വരു മെടാ..'

അതും പറഞ്ഞ് അവന്മാർ പരസ്പരം കണ്ണിറുക്കി ചിരിച്ചു.

അപ്പോൾ ഡ്യൂക്കിൽ വന്ന ചേട്ടൻ ഇന്നാ കൊണ്ടുപോയി പിടി ക്കെന്നും പറഞ്ഞ് ഒരു പൊതി ആനന്ദിന്റെ കൈയ്യിൽ കൊടുക്കു ന്നത് ജഗത്ത് കണ്ടു. ഓഫീസിലെത്തിയ ജഗത്ത് സംഭവങ്ങളെല്ലാം സുരേഷ് സാറിനെ ബോധ്യപ്പെടുത്തിയ ശേഷം ക്ലാസ്സിലേക്കു പോയി. ഒരു ദീർഘനിശ്വാസത്തോടെ തന്റെ കസേരയിലേക്ക് ആ ഹെഡ്മാസ്റ്റർ ചാരിയിരുന്നു. ഉച്ചക്ക് ഊണിന് ശേഷം അടിച്ച ബെല്ലോ, വിശപ്പോ സുരേഷ് സാറിനെ ഉണർത്തിയില്ല.

'സാർ കഴിക്കുന്നില്ലേ?' എന്ന മനോജ് സാറിന്റെ ചോദ്യം കേട്ട്. ആഹാരം കഴിച്ചെന്നു വരുത്തി എഴുന്നേറ്റ് കൈ കഴുകുന്നതിനിട യിലും അദ്ദേഹത്തിന്റെ നോട്ടം ആനന്ദിന്റെ ക്ലാസ്സിന്റെ വാതിലി ലേക്കായിരുന്നു.

സമയം നാലായി. നീണ്ട മണിമുഴങ്ങി ദേശീയഗാനം ആലപിച്ച ശേഷം കുട്ടികളും അദ്ധ്യാപകരും വീട്ടിലേക്ക് പോയി.

അന്നത്തെ ദിവസത്തെ കുറിച്ചോർത്ത് കസേരയിൽ ചാരി കണ്ണടച്ചിരുന്ന സുരേഷ് സാർ, പെട്ടെന്നൊരു ശബ്ദം കേട്ട് ഞെട്ടിയുണർത്തുന്നു.

തലയുയർത്തി നോക്കുമ്പോൾ മുന്നിൽ ആനന്ദിന്റെ അച്ഛൻ!

○○

അദ്ധ്യായം ഏഴ്

ചിന്തകൾക്ക് വിരാമമിട്ടുകൊണ്ട് സുരേഷ് സാർ കസേരയിൽ നിന്നും ചാടി എഴുന്നേറ്റു. എന്താണ് സംഭവിക്കാൻ പോകുന്നത്? കഴിഞ്ഞ ദിവസത്തെ ആനന്ദിന്റെ അച്ഛന്റെ പ്രതികരണത്തെക്കുറിച്ച് ഓർത്ത് സുരേഷ് സാർ ആശങ്കപ്പെട്ടു. ആനന്ദിനെക്കുറിച്ച് പറഞ്ഞതിന് ഇനി തന്നോട് വഴക്കിടാനോ മറ്റോ ആണോ ഈ വരവ്? ചിന്തകൾ മനസ്സിൽ മിന്നി മാഞ്ഞപ്പോൾ തൊഴുകൈയ്യുമായി തന്റെ മുന്നിൽ നിൽക്കുന്ന അച്ഛനെയാണ് ഹെഡ്മാസ്റ്റർ കണ്ടത്.

'വരു ഇരിക്കു.....'

സുരേഷ് സാറിന്റെ വാക്കുകൾക്കു മുന്നിൽ ആനന്ദിന്റെ അച്ഛൻ വിനയാന്വിതനായി ചൂണ്ടിക്കാണിച്ച കസേരയിൽ ഇരുന്നു.

'സാർ ഓഫീസിൽ നിന്നും നേരത്തേ ഇറങ്ങിയോ? സാറിന്റെ കാർ ഗേറ്റിനകത്തല്ലേ ഇട്ടത്'. എന്നിങ്ങനെ സുരേഷ് സാറിന്റെ പല ചോദ്യങ്ങൾക്കും മറുപടി പറയാനാകാതെ ആനന്ദിന്റെ അച്ഛൻ തല താഴ്ത്തിയിരുന്നു.

'എന്തു പറ്റി സാർ പറയൂ...'

മുഖമുയർത്തി ആനന്ദിന്റെ അച്ഛൻ സുരേഷ്സാറിനെ നോക്കി. ആ കണ്ണുകളിൽ നിന്നും കണ്ണുനീർ ഉതിർന്നുവീഴുന്നത് കാണാം.

'അയ്യോ എന്താ സാറേ?' എന്ന ചോദ്യം കൂടി കേട്ടതോടെ ആ മനുഷ്യൻ മുഖംപൊത്തി വാവിട്ട് കരഞ്ഞു.

'സാറേ ക്ഷമിക്ക് ഞാൻ സാറിനോട് അങ്ങനെയൊന്നും പറയാൻ പാടില്ലായിരുന്നു. അറിവുകേട് സാറിനല്ല എനിയ്ക്കാ പറ്റിയത്.'

വിതുമ്പിക്കരയുന്നതിനിടയിൽ വിറയാർന്ന ശബ്ദത്തിൽ ആ അച്ഛൻ പറഞ്ഞു. ഒരു മനുഷ്യൻ അതും സ്കൂൾ പി.ടി.എയിലെ ശക്തനായ മെമ്പർ, പോരാത്തതിന് സമൂഹം അറിയുന്ന ഒരു ഉദ്യോ

ഗസ്ഥൻ ഇങ്ങനെ വാവിട്ട് കരയുന്നത് സുരേഷ്സാറിന്റെ ഇത്രയും കാലത്തെ അദ്ധ്യാപന ജീവിതത്തിൽ ആദ്യമായി കാണുകയാണ്.

പെട്ടെന്ന് സുരേഷ്സാർ ചാടി എഴുന്നേറ്റ് ആ അച്ഛന്റെ സമീപത്തെത്തി, അദ്ദേഹത്തെ ചേർത്തുപിടിച്ചു. ഈ സമയത്ത് സുരേഷ് സാറിന്റെ കണ്ണിലും നനവിന്റെ കണികകൾ പൊടിഞ്ഞു. 'സമാധാനമായിരിക്ക് എല്ലാം ശരിയാകും' എന്ന് അദ്ദേഹത്തെ സുരേഷ് സാർ സമാധാനിപ്പിച്ചു.

'സാറു പറഞ്ഞതാ ശരി, സാറിനോട് സംസാരിച്ചു പോയ അന്നു മുതൽ ഞാൻ ഉറങ്ങിയിട്ടില്ല. ആനന്ദ്, അവൻ അപകടത്തിലാണ്. ഞാൻ അവനിലെ മാറ്റങ്ങളൊന്നും ഇതേവരെ കണ്ടിട്ടില്ല. എന്റെ ജോലിത്തിരക്കു കാരണം അവനെ ശ്രദ്ധിക്കാനോ, അവനോട് കൂടുതൽ സംസാരിക്കാനോ സാധിക്കാറില്ല. മാത്രവുമല്ല അവൻ കുഞ്ഞല്ലേ? എനിക്ക് വിശ്വാസവുമായിരുന്നു. സാറിന്റെ വീട്ടിൽ നിന്ന് ദേഷ്യപ്പെട്ട് ഇറങ്ങി പോന്ന അപ്പോൾ മുതലാണ് അവനെ ഞാൻ കൂടുതലായി ശ്രദ്ധിക്കാൻ തുടങ്ങിത്.'

ആ മനുഷ്യൻ സുരേഷ് സാറിന്റെ കൈയ്യോട് തന്റെ മുഖം ചേർത്തു വച്ചു. അവൻ കുഞ്ഞല്ലേ അത്ര വലിയ തെറ്റിലേക്കൊന്നും അവൻ പോയിക്കാണില്ല എന്ന ഹെഡ്മാസ്റ്ററുടെ സംസാരം കേട്ട ആ അച്ഛൻ വിതുമ്പിക്കൊണ്ട് പറഞ്ഞു,

'അല്ല സാർ ഞാനത് കണ്ടെത്തി'.

'എന്ത് .....?' സുരേഷ് സാറിന്റെ വീട്ടിൽ നിന്ന് പോന്നശേഷമുള്ള രാത്രികളിലെ ഉറക്കം നില്പും മകനേ കൂടുതൽ ശ്രദ്ധിച്ചതുമായ വിവരങ്ങൾ അദ്ദേഹത്തോട് പറഞ്ഞു. ഒപ്പം കഴിഞ്ഞ രാത്രിയിൽ ആനന്ദിന്റെ ബാഗ് പരിശോധിച്ച വിവരവും.

'എന്താ പറയുന്നത്?'

'അതേ സാർ ഞാൻ ഇന്നലെ ആരുമറിയാതെ അവന്റെ ബാഗ് പരിശോധിച്ചു.

'എന്നിട്ട് ....?'

'സാർ ഇനി ഞാൻ പറയുന്നത് ആരോടും പറയരുത്, ആരെങ്കിലും അറിഞ്ഞാൽ അവന്റെ ഭാവി....'

'ഇല്ല കുട്ടികളുടെ ഭാവിയെ ഓർത്തല്ലേ ഇത്രയും നമ്മൾ ഇതിനെ ഒതുക്കിവച്ചത്?'

കഴിഞ്ഞ ദിവസം അവന്റെ ബാഗിൽ നിന്നും എടുത്ത സ്മൈലി സ്റ്റിക്കറും, പൊതിയിൽ നിന്നും എടുത്ത വെളുത്ത തരിയുമായി തന്റെ ഉറ്റ ചങ്ങാതിയും അടുത്ത സ്റ്റേഷനിലെ എസ്.എച്ച്.ഒ

യുമായ അൻവറിനെ വീട്ടിൽ പോയികാണിച്ചു. അൻവർ പറഞ്ഞ വാർത്ത ഞെട്ടിക്കുന്നതായിരുന്നു. ഇപ്പോൾ പല രൂപത്തിലും മയക്കുമരുന്നുകൾ കുട്ടികളുടെ കൈകളിൽ എത്തുന്നുണ്ട്. സ്റ്റിക്കറായും പൊടിയായും മിഠായികളായും പെർഫ്യൂമുകളായും, പാനീയങ്ങളായും വരെ ഇവയുടെ വിനിമയം നടക്കുന്നു എന്നാണ് അൻവർ പറഞ്ഞത്.

സാർ, ആനന്ദിന്റെ കൈയ്യിൽ നിന്നും എനിക്കു കിട്ടിയതും ഇതേ പോലുള്ള മയക്കുമരുന്നു തന്നെയാണെന്ന് അൻവർ ഉറപ്പിച്ചു പറഞ്ഞു.

'ങേ..... എന്നിട്ട് അൻവർ അത് കേസ് വല്ലതും ആക്കാൻ ..... വേണ്ടാ...നമുക്ക് നമ്മുടെ കുട്ടിയേയും സ്കൂളിനേയും പേരുദോഷമില്ലാതെ രക്ഷിച്ചെടുക്കണം.'

'ശരിയാ സാറേ ... അല്ലെങ്കിൽ ഞാൻ വല്ല .....'

'സമാധാനമായിരിക്ക്, നമുക്ക് ആലോചിച്ച് തീരുമാനിക്കാം.'

സ്കൂളും, സുരേഷ് സാറും എടുക്കുന്ന എന്തു തീരുമാനത്തിനും തുടർപ്രവർത്തനത്തിനും ആ അച്ഛൻ പൂർണ്ണ പിൻതുണ നൽകി കൂടെനിന്ന് പ്രവർത്തിക്കാനുള്ള തീരുമാനം അറിയിച്ചു.

സമയം 5.30 കഴിഞ്ഞിരുന്നു.

പെട്ടെന്ന് എഴുന്നേറ്റ് ഓഫീസ്മുറി പൂട്ടി, ഗേറ്റടച്ച് പുറത്തിറങ്ങി. സാറിന്റെ കാറിവിടെ കിടക്കട്ടെ. നമുക്കൊരിടം വരെ പോയിട്ടു വരാം എന്നു പറഞ്ഞ് ആനന്ദിന്റെ അച്ഛനേയും കയറ്റി സുരേഷ് സാറിന്റെ കാർ പാഞ്ഞു. യാത്രക്കിടയിൽ മകനെക്കുറിച്ചുള്ള പ്രതീക്ഷകൾ ആനന്ദിന്റെ അച്ഛൻ ഹെഡ്മാസ്റ്ററോട് പങ്കുവച്ചു. കാർ മെയിൻ റോഡിൽ നിന്നും ഇടവഴിയിലേക്ക് തിരിഞ്ഞു. ഗേറ്റ് കടന്ന് കാർ ഒരു വീട്ടുമുറ്റത്തേക്ക് കയറി. ഡോർ തുറന്നിറങ്ങിയപ്പോൾ വീടിന്റെ സിറ്റൗട്ടിൽ ഇരുന്ന കൃഷ്ണകുമാർ എഴുന്നേറ്റു മുറ്റത്തേക്കിറങ്ങി.

'എടാ ഇത് ആനന്ദിന്റെ അച്ഛൻ.'

'സാറേ ഇത് എക്സൈസിലെ കൃഷ്ണകുമാർ, ഞങ്ങൾ ഒന്നിച്ചു പഠിച്ചതാണ്.' സുരേഷ് സാർ ആനന്ദിന്റെ അച്ഛനോടു പറഞ്ഞു. അല്പം പേടിയോടെ ആനന്ദിന്റെ അച്ഛൻ, സുരേഷ് സാറിനെ നോക്കി. 'കുഴപ്പമില്ല കാര്യങ്ങളെല്ലാം ഇതിനോടകം കൃഷ്ണകുമാറിനോട് പറഞ്ഞിട്ടുള്ളതാണ്. ഓഫീസിലായാൽ അത് ഇനി ശരിയാവില്ല, വീട്ടിൽ വച്ചു സംസാരിക്കുന്നതാണു നല്ലത് എന്ന് കൃഷ്ണകുമാർ പറഞ്ഞിട്ടാണ് ഇവിടേക്കുവന്നത്.'

രാവിലെ മുതൽ സ്കൂളിൽ നടന്ന സംഭവങ്ങൾ കൃഷ്ണ കുമാറിനെ ധരിപ്പിച്ചു. ആനന്ദും, വേറേ ചിലരും പുറത്തിറങ്ങിയതും അവരെ നിരീക്ഷിക്കാനായി ജഗത്തിനെ വിട്ടതും. ജഗത്ത് കേട്ടതും കണ്ടതുമായ കാര്യങ്ങൾ വന്നറിയിച്ചതും കേട്ടപ്പോൾ ഒരു ഹെഡ്മാസ്റ്റർ തന്റെ സ്കൂളിലെ കുട്ടികളുടെ കാര്യത്തിലെടുക്കുന്ന താലപര്യത്തെക്കുറിച്ച് കൃഷ്ണകുമാറിന് അഭിമാനം തോന്നി.

'ആ ജ്യൂസു കടയിലാ എല്ലാവന്മാരും ഒത്തുകൂടുന്നത്. കടക്കാരന് നല്ല ചെലവാ... അതാ അയാൾ എല്ലാറ്റിനും ഒത്താശ ചെയ്യുന്നത്. ചിലർ അവിടെ മരുന്നുകൊണ്ടുവന്ന് കൊടുക്കുന്നുണ്ട്.'

കടക്കാരനല്ല പുറത്തു നിന്നുള്ളവരാണ് ഇതൊക്കെ ചെയ്യുന്നത് എന്ന് ഇതിനോടകം എക്സൈസ്സ് സംഘം മനസ്സിലാക്കിയിരുന്നു.

'എടാ നീ ഇതൊന്നു കണ്ടേ.'

പോക്കറ്റിൽ നിന്നും എടുത്തു നീട്ടിയ കടലാസു കഷണം തുറന്നു വായിച്ച കൃഷ്ണകുമാർ ഞെട്ടി.

'എടാ ഇത് ആര്, ആർക്ക് കൊടുത്തതാ?'

ആനന്ദ് ഈ കത്ത് സ്വന്തം രക്തം കൊണ്ട് എഴുതി ശ്രുതിക്കു കൊടുത്തതാണെന്നറിഞ്ഞ ആനന്ദിന്റെ അച്ഛൻ അതുകണ്ട് വികാരാധീനനായി കുഴഞ്ഞു വീണു. സുരേഷ് സാറും കൃഷ്ണകുമാറും ചേർന്ന് താങ്ങിയെടുത്ത് ആനന്ദിന്റെ അച്ഛനെയുമായി കാറ് നേരേ ആശുപത്രിയിലേക്കു പോയി. അബോധാവസ്ഥയിലായ അദ്ദേഹത്തെ അത്യാഹിത വിഭാഗത്തിൽ പ്രവേശിപ്പിച്ചു. ഒരു മെന്റൽ ഷോക്കാണ് സംഭവിച്ചത് എന്ന ഡോക്ടറുടെ വാക്കുകൾ കേട്ട്. ഫോൺ വിളിച്ച് ആനന്ദിനേയും അമ്മയേയും ആശുപത്രിയിലേക്ക് വരുത്തി. ഈ സമയത്ത് കൃഷണകുമാറും, ഹെഡ്മാസ്റ്ററും മാനസികമായി ചില തീരുമാനങ്ങൾ എടുക്കുകയായിരുന്നു.

ആശുപത്രിയിലെത്തിയ ആനന്ദും, അമ്മയും വാവിട്ട് കരഞ്ഞു.

'സാറേ എന്റെ അച്ഛന് എന്തു പറ്റി'.

കരഞ്ഞുകൊണ്ട് വികാരാധീതനായി അവൻ ചോദിച്ചു.

'മാനസിക ആഘാതം എന്നാണ് പറഞ്ഞത്. അതിന്റെ കാരണം കണ്ടെത്തണം. നല്ല വിശ്രമം വേണം അച്ഛന്.' സുരേഷ് സാർ പറഞ്ഞതു കേട്ട് ആനന്ദ് തല കുനിച്ചു. ഡോക്ടർ എത്തി ആരോഗ്യനില നന്നായി വരുന്നുവെന്ന് എല്ലാവരേയും അറിയിച്ചു, ഇന്ന് റസ്റ്റ് എടുക്കട്ടെ എന്ന ആശ്വാസവാക്കുകൾ കേട്ട് അദ്ദേഹത്തെ ബന്ധു

ക്കളെ ഏല്പിച്ചശേഷം സുരേഷും കൃഷ്ണകുമാറും പുറത്തിറങ്ങി. കാറിൽ കയറി യാത്ര തുടരവേ കാർ റോഡരികിൽ ഒതുക്കി നിർത്തി.

'കുമാറേ ഇനി നമ്മളെന്താ ചെയ്യുക?'

'എടാ നാളെ അവിടെ, ആ കടയിൽ ഒരു റെയ്ഡ് നടക്കും. നമ്മുടെ ടീം അതിന്റെ സെറ്റപ്പിലാ നീങ്ങുന്നത്. കുറേനാളായുള്ള നിരീക്ഷണമാ. നാളെ ടീം റെഡിയാ. പക്ഷേ ഒരു കാര്യം നാളെ നിന്റെ സ്കൂളിൽ രാവിലത്തെ ബെല്ല് അടിച്ച് കുട്ടികളകത്തു കയറി ക്കഴിഞ്ഞാൽ നാലു മണിയാകുന്നതുവരേയും ഒരാളേയും ഗേറ്റിന് വെളിയിലേക്കിറക്കരുത്.'

'ഇല്ലടാ ഞാൻ എല്ലാം മാനേജ് ചെയ്തോളാം.' എന്നു പറഞ്ഞ ശേഷം കാർ മുന്നോട്ടെടുത്ത് കൃഷ്ണകുമാറിന്റെ വീട്ടുപടിക്കൽ നിർത്തി. താമസിച്ചെത്തിയ സുരേഷ് സാർ ആ ദിവസം തന്റെ അദ്ധ്യാപനജീവിതത്തിൽ സംഭവിച്ച മറക്കാനാവാത്ത സംഭവങ്ങൾ ഓർത്തുകൊണ്ട് രാത്രി കഴിച്ചുകൂട്ടി. ഉറക്കമില്ലാത്ത ആ രാത്രിയിൽ അദ്ദേഹത്തിന്റെ മനസ്സിൽ പിറ്റേദിവസത്തെ കാര്യങ്ങളുടെ പ്ലാനിംഗ് ആയിരുന്നു.

പ്രഭാതത്തിൽ ഉറച്ച തീരുമാനമെടുത്ത മനസ്സുമായി സ്കൂളിലെ ത്തി. പത്തു മണി അസംബ്ലിയ്ക്കു ശേഷം ക്ലാസ്സുകളിൽ ഹാജർ രേഖപ്പെടുത്തി.

റസിയ ടീച്ചറെ വിളിച്ചു വരുത്തി. പിന്നാലെ നോട്ടീസ് ബുക്കു മായി പ്യൂൺ ക്ലാസ്സുകളിലേക്കു പോയി.

പ്രിയ അദ്ധ്യാപകരേ,

സ്കൂളിൽ കുട്ടികളുടെ പഠന നിലവാരം പരിശോധിക്കുന്ന തിനും, ഭൗതിക സാഹചര്യങ്ങൾ വിലയിരുത്തുന്നതിനും, അദ്ധ്യാ പകരുടെ ക്ലാസ്സ് മോണിറ്ററിംഗിനുമായി അച്ചീവ്മെന്റ് സർവ്വേ ടീമി ന്റെ വിസിറ്റ് ഇന്ന് നമ്മുടെ ഉപജില്ലയിലാണ് നടക്കുന്നത്. ടീം ഏത് സ്കൂളിൽ എപ്പോൾ വേണമെങ്കിലും കയറി വരാം. ആയതി നാൽ ഇന്ന്, ഇനി ഒരു കുട്ടി പോലും നാലു മണി കഴിയാതെ ഗേറ്റിന് വെളിയിൽ പോകാൻ പാടില്ല. അദ്ധ്യാപകർ എപ്പോഴും ക്ലാസ്സിൽ ഉണ്ടാവണം. എട്ടുവരെയുള്ള കുട്ടികൾക്ക് ഇവിടെ ദിവ സവും ഉച്ചഭക്ഷണം ലഭിക്കുന്നുണ്ട്. ഒൻപത്, പത്ത് ക്ലാസ്സുകളിലെ ആഹാരം കൊണ്ടുവരാത്ത കുട്ടികൾക്ക് ഇവിടെ നിന്നും ആഹാരം കൊടുക്കുന്നതാണ്. അദ്ധ്യാപകർ അവരവരുടെ ക്ലാസ്സിലിരുന്ന് കുട്ടികൾക്കൊപ്പം ആഹാരം കഴിക്കേണ്ടതാണ്. പുറത്തു പോകേ

ണ്ടവർ ഉണ്ടെങ്കിൽ അവർ നേരിട്ട് ഓഫീസിൽ വന്ന് എച്ച്. എമ്മിനെ കണ്ട് അനുവാദം വാങ്ങണം.

എന്ന്

ഹെഡ്മാസ്റ്റർ

റെസ്വാനും, ആന്റോ ജോസിനും ബുക്ക് വാങ്ങാൻ ഉച്ചയ്ക്ക് പുറത്തുപോകണമെന്ന് പറഞ്ഞ് ഓഫീസ് റൂമിലെത്തി. എന്തു ബുക്കാ വേണ്ടത്, ബുക്ക് തീർന്നിട്ടാണോ, ആണെങ്കിൽ മനോജ് സാറിന്റെ കയ്യിൽ പൈസ കൊടുത്താൽ മതി വാങ്ങിത്തരും എന്നു പറഞ്ഞതു കേട്ട് ബുക്ക് വൈകിട്ട് വാങ്ങിക്കോളാം എന്നു പറഞ്ഞ് എന്തൊക്കെയോ പിറുപിറുത്തു കൊണ്ട് രണ്ടാളും മടങ്ങി. ഈ സമയത്ത് ആനന്ദ് അസ്വസ്ഥനായി ക്ലാസ്സിൽ ഇരുന്നു. മുൻനിശ്ചയ പ്രകാരം സ്കൂളിന്റെ ഗേറ്റിലും മതിൽക്കെട്ടിനുള്ളിലും മൂത്രപ്പുരയുടെ വശങ്ങളിലും സുരേഷ് സാറിന്റെ നേതൃത്വത്തിൽ അദ്ധ്യാപകർ നിരീക്ഷണത്തിനായി നിന്നു.

ഉച്ചക്ക് ബെല്ലടിച്ചു. കുട്ടികൾ ആഹാരം കഴിച്ചു. സ്ഥിരമായി പുറത്തു പോകുന്നവർ അസ്വസ്ഥതയോടെ, 'ഓരോരോ മാരണങ്ങൾ ഇവനൊന്നും ഒരു പണിയുമില്ലേ ഇങ്ങോട്ട് കയറി വരാൻ' എന്ന് ക്ലാസ്സിലിരുന്നു പിറുപിറുത്തു. ഡ്യൂക്കിന്റെ ചീറിപ്പാഞ്ഞുള്ള ശബ്ദം അടുത്തു വരുന്നു. ജ്യൂസുകടയുടെ മുന്നിൽ ആ ശബ്ദം നിലച്ചു. എന്നും എത്തുന്ന ആ ചേട്ടൻ പുറത്തിട്ടിരിക്കുന്ന ബാഗുമായി ഇറങ്ങി.

'അവന്മാര് വന്നില്ലേ ചേട്ടാ, ഏതായാലും ഒരു വെള്ളമൊഴിക്ക്' എന്നു പറഞ്ഞ് കടയുടെ മൂലയിലേക്ക് മാറിനിന്നു.

ജ്യൂസു കടയിൽ ജൂസുകുടിച്ചു കൊണ്ടിരുന്ന ഡ്യൂക്കുകാരനെ തൊട്ടപ്പുറത്തു നിന്നിരുന്ന ചിലർ പിടിച്ചു നിർത്തി. കുതറിയോടാൻ ശ്രമിച്ച അവനെ ബലമായി പിടിച്ച് ബാഗ് പരിശോധിച്ച എക്സൈസ്സ് മഫ്ത്തി സംഘം ബാഗിലെ മരുന്നും, സ്റ്റാമ്പും, സ്റ്റിക്കറും മയക്കുമരുന്നാണെന്ന് തിരിച്ചറിഞ്ഞു. ബൈക്കും ആളിനെയും അറസ്റ്റ് ചെയ്തു. ഓഫീസ് മുറിയിലെത്തിയ സുരേഷ് സാർ അദ്ധ്യാപകർക്ക് പുറത്തുനടക്കുന്ന സംഭവത്തെക്കുറിച്ച് സൂചന കൊടുത്തു.

രണ്ടു മണിയോടെ സുരേഷ് സാറിനെത്തേടി എക്സൈസ് ഓഫീസിൽ നിന്നും സംഗതി വിജയമായി എന്നറിയിച്ചു കൊണ്ടുള്ള വിളി എത്തി.

○○

അധ്യായം എട്ട്

ആ വാർത്തകേട്ട് സുരേഷ്സാറിന്റെ മനസ്സ് ഏറെ സന്തോഷിച്ചു. അവനെ പിടിച്ചിട്ടുണ്ട്, ഏതായാലും നന്നായി. ഒരുത്തൻ ഒഴിവായ ല്ലോ, ഇനി എന്റെ കുട്ടികളുടെ കാര്യം, അത് എങ്ങനെയെങ്കിലും പരിഹരിക്കണം. കുട്ടികൾക്ക് ഒരു കുഴപ്പവുമുണ്ടാകരുത്... അദ്ദേഹം ചിന്തിച്ചു.

ഈ സമയം എക്സൈസ് ഓഫീസിൽ, 'പറയടാ ഇത് ആരാ നിന്റെ കൈയ്യിൽ തന്നയക്കുന്നത്?.' തുടരെ തുടരെയുള്ള ചോദ്യം ചെയ്യൽ...

മറ്റാരേയും എനിക്കറിയില്ല. ഞാൻ ഇതാർക്കും കൊടുക്കാൻ വന്നതല്ല. ഇത് ഒരാൾ തന്നതാണ്. അത് ആരെന്നറിയില്ല എന്നൊ ക്കെയുള്ള കള്ളമാണ് അവൻ ആദ്യം പറഞ്ഞത്.

'ഇവനെ വിശദമായി പരിശോധിക്ക്.'

കൃഷ്ണകുമാർ സാറിന്റെ ഉത്തരവ് കീഴ്ഉദ്യോഗസ്ഥർ അനുസ രിച്ചു. വിശദമായ പരിശോധനയിൽ, അടിവസ്ത്രത്തിനുള്ളിൽ നിന്നും കുറേ സ്റ്റിക്കറുകളും കുറച്ചു പായ്ക്കറ്റ് പൊടിമരുന്നും കിട്ടി.

'ഇവൻ ആള് കൊള്ളാമല്ലോ.'

'സാറേ ഞാൻ നിരപരാധിയാ...'

'നീ ആർക്കൊക്കെയാ ഇത് കൊടുക്കുന്നത്? മിത്രപുരം സ്കൂളി ലെ എത്ര കുട്ടികൾക്ക് നീ ഇത് കൊടുക്കുന്നുണ്ട്?' എന്ന ചോദ്യ ങ്ങൾക്കു മുമ്പിൽ അവൻ ഒന്നും പറയാതെ കുറേ നേരം പിടിച്ചു നിന്നു.

'ഫോൺ എവിടെ ടാ' ഒരു അലർച്ചയായിരുന്നു കൃഷ്ണകുമാർ സാറിന്റേത്. ഡ്യൂക്കൻ ഒന്നു വിറച്ചു. ബാഗിൽ നിന്നും ഫോൺ പിടിച്ചെടുത്തു. ലോക്ക് ഓപ്പൺ ചെയ്തു. രഹസ്യമായി അവൻ ഫോണിൽ സൂക്ഷിച്ചിരുന്ന മെസേജുകൾ കൃഷ്ണകുമാർ സാർ

വായിച്ചെടുത്തു.

'ആരൊക്കെയാടാ ഇവർ.'

പറഞ്ഞില്ലെങ്കിൽ നിന്നെ ജീവിതത്തിൽ പുറത്തിറങ്ങാത്ത തരത്തിൽ പൂട്ടിക്കളയും. 'തെളിയാത്ത കേസ് കൂടി കയറ്റി വച്ച് ഇവനെ ആജീവനാന്തം അകത്ത് തള്ളാനുള്ള വകുപ്പ് ചാർജ്ജ് ചെയ്യ് ജോസഫേ' എന്ന കൃഷ്ണകുമാർ സാറിന്റെ ഓർഡറിൽ അവൻ വീണു.

ഫോണിലെ വിവരങ്ങൾ അവൻ എണ്ണിയെണ്ണി പറഞ്ഞു. ആരൊക്കെയാണ് അവനെ വിളിക്കുന്നത് ആരൊക്കെയാണ് മെസേജ് ഇടുന്നത്. എന്തൊക്കെയാണ് കോഡ് എന്നും അവൻ വെളിപ്പെടുത്തി. നാട്ടിലെ പല പ്രമുഖരുടെ മക്കളുടെയും മെസേജ് അവന്റെ ഫോണിൽ കണ്ടു. 'അതൊക്കെ ഇരിക്കട്ടെ മിത്രപുരം സ്കൂളിലെ എത്ര കുട്ടികൾക്കാ സപ്ലേയുള്ളത്?.'

'സാറേ ഞാൻ അവിടെ ഈ അടുത്താ കൊടുക്കാൻ തുടങ്ങിയത്, ആകെ നാലു പേരേയുള്ളു.'

'സത്യം പറയടാ, പിള്ളേരുടെ പേര് പറയടാ.' കൃഷ്ണകുമാർ സാർ അലറി. വിറച്ചുകൊണ്ടവൻ 'റിസ്വാൻ, ആന്റോ ജോസ്, പിന്നെ ഒരു പുതിയ കുട്ടിയാ സാറേ ആനന്ദ് ..... പിന്നെ പിന്നെ. .... സാർ കുഴപ്പമാക്കരുത്'.. അത്, അത്... ആ പേരു കേട്ട് കൃഷ്ണകുമാർ ഒന്നു ഞെട്ടി.

കൊടുത്തു അവന് രണ്ടെണ്ണം....

സത്യങ്ങളെല്ലാം അവനിൽ നിന്നറിഞ്ഞശേഷം കൃഷ്ണകുമാർ സാർ സുരേഷ് സാറിനെ വിളിച്ചു.

'ഓ അങ്ങനെനോ എന്റെ ദൈവമേ ആ കുട്ടിയും!?' ആ പേരു കേട്ട ഹെഡ്മാസ്റ്റർ ഞെട്ടി,

'ശരണ്യയോ! എത്ര നല്ല കുട്ടിയാ അവൾ അവളും ഇവന്മാരുടെ കൂടെയോ?'

'നീ പെട്ടെന്ന് വേണ്ടത് ചെയ്തോ എന്നിട്ട് എന്നെ വിളിക്കൂ...' എന്നു പറഞ്ഞു കൊണ്ട് കൃഷ്ണകുമാർ തന്റെ ജോലി തുടർന്നു.

സുരേഷ്സാർ, ഫാത്തിമ ടീച്ചറെ വിളിച്ചു വരുത്തി. ടീച്ചറോട് സംസാരിച്ച ശേഷം പ്യൂണിന്റെ കൈവശം ഒരു നോട്ടീസ് ബുക്ക് കൊടുത്തയച്ചു.

പ്രിയ അദ്ധ്യാപക സുഹൃത്തുക്കളേ,

ഇന്ന് ഉച്ചക്ക് ശേഷം 2.30 വരെ മാത്രമേ ക്ലാസ്സ് ഉണ്ടായിരിക്കുകയുള്ളു. സ്കൂൾ വിട്ടാലുടൻ തന്നെ കുട്ടികളെ പൂർണ്ണമായും

സ്കൂൾ പരിസരത്തു നിന്നും വീട്ടിലേക്ക് പറഞ്ഞയക്കേണ്ടതാണ്. ലിസ ടീച്ചറും, മനോജ് സാറും, രാഖി ടീച്ചറും, വിമൽ സാറും ഈ നോട്ടീസ് കിട്ടിയാലുടൻ തന്നെ ഓഫീസിൽ വന്ന് എന്നെ കാണേണ്ടതാണ്.

സ്കൂൾ വിട്ടു കുട്ടികൾ എല്ലാവരും പോയ ശേഷം ബാക്കി അദ്ധ്യാപകരെല്ലാം കമ്പ്യൂട്ടർ ലാബിൽ ഫാത്തിമ ടീച്ചറുടെ നേതൃത്വത്തിൽ ഒത്തുകൂടേണ്ടതാണ് എന്നുമുള്ള വിവരം ഇതിനാൽ അറിയിക്കുന്നു.

എന്ന്,

ഹെഡ്മാസ്റ്റർ

'ഈ സാറിനിതെന്താ? എന്നും കുന്നും മീറ്റിങ്ങ്?' നോട്ടീസു വായിച്ച സാവിത്രിയമ്മ ടീച്ചർ പിറുപിറുത്തു.

നാല് അദ്ധ്യാപകരും പെട്ടെന്ന് ഓഫീസിലെത്തി. ഫോൺ വിളികളിൽ വ്യാപൃതനായിരുന്ന സുരേഷ് സാർ ഫോൺ വിളി നിർത്തി.

'നിങ്ങൾ നാലാളും ഇരിക്ക്.'

'ഞാൻ വിളിപ്പിച്ചത് വളരെ പ്രധാനപ്പെട്ട ഒരു കാര്യം പറയാനാ.'

'എന്താ സാറേ' എന്ന് ഒരേ സ്വരത്തിൽ നാലുപേരും ചോദിച്ചു. ഞാൻ ഈ പറയുന്നതൊന്നും മറ്റാരും തത്ക്കാലം അറിയാൻ പാടില്ല.

ലിസ ടീച്ചർ ക്ലാസ്സിൽ നിന്നും പോരുമ്പോൾ ആനന്ദിനെ കൂടെ കൂട്ടിക്കൊണ്ട് വരണം, വന്ന് സയൻസ് ലാബിലിരുത്തണം.

മനോജ് സാർ ക്ലാസ്സിൽ നിന്നും വരുമ്പോൾ വിശാഖിനെ കൂടെ കൂട്ടിക്കൊണ്ടുവന്ന് ലൈബ്രറിയിലിരുത്തി വായിക്കാൻ പുസ്തകം കൊടുക്കണം.

വിമൽ സാർ ക്ലാസ്സിൽ നിന്നും വരുമ്പോൾ റെസ്വാനെയും, ആന്റോയേയും കൂടെ കൂട്ടികൊണ്ടു വന്ന് സ്പോട്സ് റൂമിലിരുത്തി ചെസ്സ് ബോർഡ് കളിക്കാൻ എടുത്തു കൊടുക്കണം. രാഖി ടീച്ചറാണ് ശ്രദ്ധിക്കേണ്ടത്, ടീച്ചറിന്റെ ക്ലാസ്സിലെ ശരണ്യയെ കൂട്ടിക്കൊണ്ടുവന്ന് ലേഡീസ് സ്റ്റാഫ് റൂമിലിരുത്തണം. ഈ കാര്യങ്ങൾ തത്ക്കാലം നിങ്ങൾ മാത്രമറിഞ്ഞാൽ മതി. ഇനി നിങ്ങൾ നാലുപേരും തല്ക്കാലം ഞാൻ പറയുന്നതു വരെ ഫോണും ഉപയോഗിക്കരുത്.' ഇത്രയും പറഞ്ഞ് അവരെ ക്ലാസ്സുകളിലേക്കയച്ചു.

സുരേഷ് സാർ ഇതിനോടകം തന്നെ ഈ അഞ്ചു കുട്ടികളു

ടെയും മാതാപിതാക്കളോടും, പി.ടി.എ പ്രസിഡന്റ്, മാതൃസമിതി പ്രസിഡന്റ് എന്നിവരോടും ഫോൺ ചെയ്ത് അടിയന്തിരമായി സ്കൂളിലേക്ക് എത്തണമെന്ന് അറിയിച്ചു.

സ്കൂൾ വിട്ടു കഴിഞ്ഞു. ഈ സമയം സ്കൂളിന്റെ ഗേറ്റുകടന്ന് ഒരു കാർ അകത്തേക്ക് പ്രവേശിച്ചു. കൃഷ്ണകുമാർ സാർ ആയിരുന്നു അത്. സുരേഷ് സാറുമായി സംസാരിച്ച ശേഷം അദ്ദേഹം കമ്പ്യൂട്ടർ ലാബിലേക്ക് ചെന്നു.

നമസ്കാരം പറഞ്ഞ് എല്ലാവരും എഴുന്നേറ്റു.

ഫാത്തിമ ടീച്ചർ സംസാരിച്ചു തുടങ്ങി.

'വളരെ പ്രധാനപ്പെട്ട ഒരു വിവരം ധരിപ്പിക്കാനാണ് നമ്മൾ ഇവിടെ ഒത്തുകൂടിയിരിക്കുന്നത്.

ഇന്ന് സ്കൂൾ ഗുണമേന്മാ പരിശോധനയ്ക്ക് വിസിറ്റ് ഉണ്ടാകുമെന്ന് പറഞ്ഞ് കുട്ടികളെ പുറത്തിറക്കാതിരുന്നത് മനഃപൂർവ്വമാണ്. അങ്ങനെ ഒരു വിസിറ്റും ഇവിടെ ഉണ്ടായിരുന്നില്ല. സുരേഷ് സാറിന്റെ സുഹൃത്തും എക്സൈസ് ഇൻസ്പെക്ടറുമായ കൃഷ്ണകുമാർ സാറിന്റെ നിർദ്ദേശപ്രകാരമാണ് ഇങ്ങനെ ചെയ്തത്. കൂടുതൽ വിവരങ്ങൾ കൃഷ്ണകുമാർ നിങ്ങളോട് പറയും.'

ടീച്ചർ ഇതു എന്ന് പറഞ്ഞപ്പോൾ അദ്ധ്യാപകരെല്ലാം ആകാംക്ഷയോടെ കാത്തിരുന്നു.

നമ്മുടെ നാടിന്റെ അവസ്ഥ പ്രത്യേകിച്ച് യുവാക്കളുടെയും, കൗമാരപ്രായക്കാരുടേയും, വന്നു വന്ന് കൊച്ചു കുട്ടികളുടേതു പോലും വളരെ അപകടത്തിലാണ് എന്നു പറഞ്ഞു കേട്ടതോടെ അദ്ധ്യാപകർ അദ്ദേഹത്തിന്റെ വാക്കുകൾക്ക് കാതു കൂർപ്പിച്ചു.

'ആ അപകടം എന്നത് മറ്റൊന്നുമല്ല, മദ്യവും മയക്കുമരുന്നുമാണ്. ഇന്ന് കുട്ടികളെ ഗേറ്റിന് വെളിയിലിറക്കരുതെന്ന് പറഞ്ഞത് മനഃപൂർവ്വമാണ്. കുറേ ദിവസങ്ങളിലായി ഞങ്ങളുടെ ടീം ഇവിടെ നിരീക്ഷിക്കുകയായിരുന്നു. നിരീക്ഷണത്തിനൊടുവിൽ ഇന്ന് ഉച്ചക്ക് ഒരു റെയ്ഡ് ആണു നടന്നത്. അതിൽ മയക്കുമരുന്നുമായി ഒരാളെ പിടികൂടിയിട്ടുണ്ട്.'

കൃഷ്ണകുമാർ സാർ പറഞ്ഞു നിർത്തി. 'നമ്മുടെ പരിസരത്തു നിന്നോ?' എന്ന ചോദ്യം അദ്ധ്യാപകർ പരസ്പരം ചോദിച്ചു.

കൃഷ്ണകുമാർ സാറിന്റെ തുടർന്നുള്ള വാക്കുകൾ ഒരു ഞെട്ടലോടെയാണ് അവർ കേട്ടത്.

'ഈ സ്കൂളിലെ അഞ്ച് കുട്ടികൾക്ക് ദിവസവും അവൻ മയക്കുമരുന്നു കൊടുക്കുന്നുണ്ട്.'

അടുത്ത വാക്കുകൾ അവർ ഭീതിയോടെ കേട്ടു, 'അതിൽ ഒരാൾ പെൺകുട്ടിയാണ്.'

ഇതു കേട്ട സുഷമ ടീച്ചർ വാവിട്ട് കരഞ്ഞു. 'അയ്യോ കുട്ടികളുടെ ഭാവി.. അവരുടെ ആരോഗ്യം..... രക്ഷകർത്താക്കളോട് എന്തു പറയും.....നാട്ടുകാർ എന്തു വിചാരിക്കും.....നമ്മുടെ സ്കൂളിന്റെ ഭാവി എന്താകും .....ഇനി നമ്മുടെ സ്കൂളിലേക്ക് കുട്ടികളെ വിടുമോ ..... ഇങ്ങനെ നൂറായിരം ചോദ്യങ്ങളാണ് അവിടെ ഉയർന്നത്.

ഇപ്പോൾ നിങ്ങളാരും ഭയപ്പെടുകയോ, കരയുകയോ, തളരുകയോ ചെയ്യാൻ പാടില്ല. ഒറ്റക്കെട്ടായി നമ്മൾക്ക് ഇതിനെ നേരിടണം. അതിനായി എല്ലാവരുടേയും ആത്മാർത്ഥമായ സഹകരണം വേണമെന്ന് സുരേഷ് സാർ പറഞ്ഞപ്പോൾ സ്കൂൾ ഒന്നടങ്കം സുരേഷ് സാറിനൊപ്പം നിന്നു. 'നിങ്ങൾ ഒരു കാര്യം ശ്രദ്ധിക്കണം, നിങ്ങളല്ലാതെ, അഞ്ചു കുട്ടികളും അവരുടെ രക്ഷകർത്താക്കളുമല്ലാതെ മറ്റൊരു കുട്ടിയോ രക്ഷകർത്താവോ ഏതൊക്കെക്കുട്ടികളാണ് ഈ പ്രശ്നത്തിൽ പെട്ടതെന്ന് അറിയാൻ പാടില്ല.'

ഫാത്തിമ ടീച്ചറും, ലിസ ടീച്ചറും, മനോജ് സാറും വിമൽ സാറും, രാഖി ടീച്ചറും ഒഴിച്ച് ബാക്കിയുള്ളവരെല്ലാം അവരവരുടെ വീടുകളിലേക്ക് പോയി. ഈ സമയത്തു സ്കൂൾ ഓഫീസിൽ പി.ടി.എ പ്രസിഡന്റും, മാതൃസമിതി പ്രസിഡന്റും അഞ്ചു കുട്ടികളുടെ രക്ഷകർത്താക്കളും എത്തിച്ചേർന്നു. തുടർന്ന് പി.ടി.എ, മാതൃസമിതി പ്രസിഡന്റുമാരോട് സ്കൂളിലെ വിവരങ്ങൾ സുരേഷ് സാർ ധരിപ്പിച്ചു. തുടർന്ന് കൃഷ്ണകുമാർ അവരോട് വിശദമായി കാര്യങ്ങൾ അവതരിപ്പിച്ചു. ഇതേ സമയത്ത് രക്ഷകർത്താക്കളെ കമ്പ്യൂട്ടർ റൂമിൽ ഇരുത്തി ഫാത്തിമ ടീച്ചർ കുട്ടികളുടെ പഠനകാര്യങ്ങളെപ്പറ്റി സംസാരിച്ചു. മറ്റൊരു ഭാഗത്ത് സുരേഷ് സാർ കുട്ടികളെ ഓരോരുത്തരെ ആയി വിളിച്ചു.

'വിശാഖേ നീ എന്തിനാ ഉച്ചക്ക് എന്നും ജ്യൂസ് കടയിൽ പോകുന്നത്?' എന്ന ചോദ്യത്തിനു മുന്നിൽ ആദ്യം ഒന്നു പകച്ചെങ്കിലും മിഠായി വാങ്ങാനാ എന്നവൻ പറഞ്ഞു നിർത്തി. അല്ലാതെ വല്ലതും ആരുടെയെങ്കിലും കൈയ്യിൽ നിന്ന് വാങ്ങാറുണ്ടോ എന്ന് ചോദിക്കുന്നതിനു മുൻപ് തന്നെ ആ ചോദ്യം പ്രതീക്ഷിച്ചു കൊണ്ട് ആരോടും ഒന്നും വാങ്ങില്ല എന്ന കള്ളവും പറഞ്ഞു. സാറിന്റെ വിശദമായ ചോദ്യത്തിനു മുന്നിൽ അവൻ തല കുനിച്ചിരുന്നു.

'റെസ്വാനോടും, ആന്റോയോടും മാറി മാറി വിമൽ സാറിന്റെ മുന്നിൽ വച്ചു നടത്തിയ ചോദ്യം ചെയ്യലിൽ ഒന്നും ആരോടും

വാങ്ങാറില്ല' എന്ന കള്ള മറുപടിയാണ് കിട്ടിയത്. ലേഡീസ് സ്റ്റാഫ് റൂമിൽ രാഖി ടീച്ചറുടെ മുന്നിൽ വച്ച് കരഞ്ഞു കലങ്ങിയ കണ്ണുമായി നിൽക്കുന്ന ശരണ്യയോട് ചോദിച്ചപ്പോൾ കുറ്റബോധത്താൽ ആ തല താഴ്ന്നിരുന്നു. എന്നാലും സാറിന്റെ ചോദ്യത്തെ അവളും നിഷേധിച്ചു. അതോടെ ചോദ്യം ചെയ്യലിന്റെ രീതി മാറ്റി. ഓഫീസ് മുറിയിൽ സുരേഷ് സാറും കൃഷ്ണകുമാർ സാറും മാത്രമായി, കുട്ടികളെ നാലുപേരേ അവിടെ എത്തിച്ച ശേഷം അദ്ധ്യാപകർ കമ്പ്യൂട്ടർ റൂമിലേക്ക് പോയി.

'ആനന്ദ് എവിടെ?' കൃഷ്ണകുമാറിന്റെ ചോദ്യത്തിനു കട്ടി കൂടുതലായിരുന്നു. ലിസ ടീച്ചർ അപ്പോഴേക്കും ആനന്ദുമായി എത്തി.

സുരേഷ്സാർ കൃഷ്ണകുമാറിനെ അവർക്കു പരിചയപ്പെടുത്തി.

സുരേഷ്സാറിന്റെ തുടരെ തുടരെയുള്ള ചോദ്യങ്ങളെ അവർ എതിർത്തു. തുടർന്ന് കൃഷ്ണകുമാർ തെളിവുകൾ നിരത്തിയപ്പോൾ കുട്ടികൾ തലതാഴ്ത്തി നിന്നു.

'എവിടെ നിങ്ങളുടെ ബാഗ്.' സുരേഷ് സാറിന്റെ ചോദ്യം ആ ഓഫീസിനെ ഞെട്ടിച്ചു.

കൃഷ്ണകുമാർ ബാഗ് പരിശോധിച്ചു. നാലു പേരുടെ ബാഗിൽ നിന്നും സ്മൈലി സ്റ്റിക്കറും തരി തരിയായ പൊടിയും അദ്ദേഹത്തിന് കിട്ടി.

'ആനന്ദേ ശരിയല്ലേ ഇതെല്ലാം?' അതോടെ കള്ളം പറഞ്ഞു പിടിച്ചു നിൽക്കാനാകാതെ കുട്ടികൾ കരയാൻ തുടങ്ങി.

'സാറേ രക്ഷിക്കണം ഞങ്ങളിനി ഇങ്ങനെയൊന്നും ചെയ്യില്ല...'

സുരേഷ് സാർ കമ്പ്യൂട്ടർ റൂമിലെത്തി രക്ഷകർത്താക്കളോട് കാര്യം വിശദീകരിച്ചു.

'എന്റെ മോൾ അങ്ങനെ ചെയ്യില്ല സാർ'.

ശരണ്യയുടെ അച്ഛൻ ദേഷ്യപ്പെട്ട് എഴുന്നേറ്റു. ആനന്ദിന്റെ അച്ഛനൊഴികെ എല്ലാവരും തങ്ങളുടെ മക്കളുടെ നിരപരാധിത്വത്തിനു വേണ്ടി വാദിച്ചു.

'കയറി വരു..'

തിരിഞ്ഞു നോക്കിയ രക്ഷിതാക്കൾ കണ്ടത് തങ്ങളുടെ കുട്ടികളേയും, കൃഷ്ണകുമാർ സാറിനെയുമായിരുന്നു.

'മക്കളേ നിങ്ങൾ പോയില്ലേ? ഈ പറയുന്നതൊക്കെ സത്യമാണോ?' കുട്ടികളെ ചേർത്തു നിർത്തി രക്ഷകർത്താക്കൾ ചോദിച്ചു.

ആനന്ദും അച്ഛനും തല കുനിച്ചിരുന്നു.

കൃഷ്ണകുമാർ കാര്യങ്ങൾ വിശദമായി പറഞ്ഞു. തെളിവായി

കുട്ടികളുടെ ബാഗിൽ നിന്നു കിട്ടിയ തൊണ്ടിസാധനവും കാണിച്ചു. രക്ഷകർത്താക്കൾ ഞെട്ടി നിലവിളിച്ചു.

കുട്ടികൾ മയക്കുമരുന്ന് കൈവശം വച്ചാലും, ഉപയോഗിച്ചാലും അവർക്കെതിരേ കേസ് എടുക്കാനാകുമെന്ന് എക്സൈസ്സ് ഇൻ സ്പെക്ടർ കൃഷ്ണകുമാർ അറിയിച്ചതോടെ രക്ഷകർത്താക്കളുടെ നിലവിളി ഇരട്ടിയായി. പറ്റിപ്പോയ തെറ്റുകളെയോർത്ത് കുറ്റബോധത്താൽ തല താഴ്ത്തി ആയിരം തവണ മാപ്പ് മനസ്സിൽ പറഞ്ഞ്, ഇനിയെന്ത് എന്ന ചോദ്യവുമായി, കരഞ്ഞു കലങ്ങിയ കണ്ണുകളുമായി കുട്ടികൾ മുന്നിൽ.

അയ്യോ... മക്കളുടെ ഭാവി.... കേസ് എടുക്കല്ലേ, അറിയാതെ പറ്റിയ അബദ്ധമാണ്, ഇനി ഉണ്ടാകാതെ നോക്കാം. എന്നൊക്കെ പറഞ്ഞ് വലിയ വായിലെ കരയുന്ന രക്ഷകർത്താക്കൾ ഒരു വശത്ത്. സ്വന്തം ക്ലാസ്സിൽ നടക്കുന്ന, ക്ലാസ്സിലിരുന്നു പഠിക്കുന്ന കുട്ടികൾക്ക് വന്ന വലിയ മാറ്റം കാണാനാകാതെ വന്ന അദ്ധ്യാപകർ മറുവശത്ത്. സ്കൂളിന്റെ പേരും ഇതുവരെ ഉണ്ടാക്കിയെടുത്ത വിജയങ്ങളും ഒരു നിമിഷം കൊണ്ടില്ലാതാകുമെന്നാശങ്കപ്പെടുന്ന ഹെഡ്മാസ്റ്റർ മറ്റൊരു വശത്ത്.

ഇവരുടെയൊക്കെ മുന്നിൽ നിസ്സഹായനായ കൃഷ്ണകുമാർ സാർ.

'ശരി കുട്ടികളുടെ ഭാവിയെ ഓർത്തും, സ്കൂളിന്റെ പേരിനെ ഓർത്തും, തൽക്കാലം കേസ്സ് എടുക്കുന്നില്ല.' എന്ന കൃഷ്ണകുമാർ സാറിന്റെ വാക്കുകൾ കേട്ട് രക്ഷാകർത്താക്കൾ ഒന്നു സമാധാനിച്ചു. അദ്ദേഹം തുടർന്നു,

'കാര്യം, നിങ്ങൾ ഈ നടന്ന കാര്യങ്ങൾ ആരോടും പറയരുത്, നിങ്ങളുടെ കുട്ടികളെ ഒറ്റക്ക് എങ്ങും വിടരുത്, ഫോൺ ഉപയോഗിക്കാൻ കൊടുക്കരുത്, അനാവശ്യമായി പണം കൊടുക്കരുത്, മുറിയടച്ചിരുന്ന് പഠിക്കാനനുവദിക്കരുത് എന്നിങ്ങനെയുള്ള ഉപദേശങ്ങളും കൃഷ്ണകുമാർ സാർ കൊടുത്തു.

ഇടയിൽ, ഒരു കാര്യം അദ്ദേഹം ഓർമ്മിപ്പിച്ചു.

തൊണ്ടിമുതൽ തന്റെ കൈയ്യിലാണ് എന്നത്. പിന്നെ അദ്ദേഹം എല്ലാ കാര്യങ്ങളും സുരേഷ് സാറിനെ ഏൽപ്പിച്ച് കാറിൽക്കയറി യാത്രയായി..

○○

അധ്യായം ഒൻപത്

'കൃഷ്ണകുമാർ സാർ പറഞ്ഞതിന്റെ അർത്ഥം എന്താണെന്ന് എല്ലാവർക്കും മനസ്സിലായില്ലേ?'

സ്വന്തം കുട്ടികൾക്ക് ഉണ്ടായ ഈ ദുരനുഭവത്തെ ഓർത്ത് എല്ലാ രക്ഷകർത്താക്കളും മൗനമായിരുന്നു. മൗനത്തിന് വിരാമമിട്ടുകൊണ്ട് അവരിൽ ഒരാൾ പറഞ്ഞു,

'മനസ്സിലായി സാറേ, ഞങ്ങളുടെ കുട്ടികൾ മൂലം സ്കൂളിനുണ്ടായ ഈ നാണക്കേടിൽ ഞങ്ങൾക്ക് ദു:ഖമുണ്ട്.' ആനന്ദിന്റെ അച്ഛൻ പറഞ്ഞു നിർത്തിയതും ആനന്ദ് പൊട്ടിക്കരഞ്ഞു.

അദ്ധ്യാപകരും രക്ഷകർത്താക്കളും കുട്ടികളും ഒന്നിച്ചുചേർന്ന ആ സമയത്ത്, സുരേഷ് സാർ അവരോടായി പറഞ്ഞു.

'പ്രിയ സഹപ്രവർത്തകരേ, കുട്ടികളേ, രക്ഷകർത്താക്കളേ, നമ്മുടെ സ്കൂളിൽ നടന്നത് ഒരു ഒറ്റപ്പെട്ട സംഭവമല്ല. സമൂഹത്തിൽ കുട്ടികളെക്കാത്ത് ഒരുപാട് ചതിക്കുഴികളുണ്ട്. അവയിലേക്ക് വീഴാതെ നടക്കുന്നതിന് കുഞ്ഞുങ്ങളുടെ കാലുകളെ ബലപ്പെടുത്തേണ്ടത് അത്യാവശ്യമാണ്. ഇന്നിവിടെ നടന്ന സംഭവത്തിന്റെ ഗൗരവം മനസ്സിലാക്കണം. ലഹരി ഉപയോഗിച്ചു എന്നതുകൊണ്ട് ആരേയും നിയമനടപടിക്ക് വിധേയമാക്കാൻ പറ്റില്ല. ഇവിടെ കുഞ്ഞുങ്ങളുടെ കൈയ്യിൽ നിന്നും ലഹരിമരുന്ന് പിടിക്കപ്പെട്ടിരിക്കുകയാണ്. നിയമപരമായ ഒരു പരിരക്ഷയും ഈ കുഞ്ഞുങ്ങൾക്ക് ലഭിക്കില്ല. ഡിപ്പാർട്ട്മെന്റുകൾ സത്യം തിരിച്ചറിയാനും ഉറവിടം കണ്ടെത്താനുമായി നിരന്തരം വിളിച്ചുകൊണ്ടിരിക്കുകയും ചെയ്യും. പിന്നെ സ്കൂളിന്റെ സൽപ്പേര്, അതുപോട്ടെ പക്ഷേ, മക്കളേ നിങ്ങളുടെ ആരോഗ്യമോ?

'ലഹരി ഉപയോഗം നേരിട്ടു ബാധിക്കുന്നത് നമ്മുടെ തലച്ചോറിനെയാണ്. അവിടെ നിന്നുള്ള പ്രവർത്തനവ്യതിയാനം ആരോഗ്യത്തെ ബാധിക്കും. പലതരം പ്രശ്നങ്ങൾ ജീവിതത്തെ ആകെ

താറുമാറാക്കുന്ന അവസ്ഥ സൃഷ്ടിക്കും. നിങ്ങൾ കരുതുന്നതിലും എത്രയോ ഭീകരമാണ് അതിന്റെ അനന്തരഫലങ്ങൾ.' സുരേഷ്സാറിന്റെ വാക്കുകൾ എല്ലാവരും ക്ഷമയോടെ കേട്ടിരുന്നു.

'എങ്ങനെ നമ്മുടെ കുട്ടികൾ ഇതിലേക്കെത്തി എന്നത് കണ്ടെത്തേണ്ട ബാധ്യത നമുക്കുണ്ട്. അത് കണ്ടെത്തിയാൽ മാത്രമേ അവരെ പൂർണ്ണമായി മോചിപ്പിച്ചെടുക്കാൻ കഴിയു. അതിനായി രക്ഷകർത്താക്കൾ ഞങ്ങൾ അദ്ധ്യാപകരോട് സഹകരിക്കണം'

ഇത്രയും പറഞ്ഞ് കുട്ടികളെയും രക്ഷകർത്താക്കളേയും യാത്രയാക്കി.

പിന്നെ അധ്യാപകരോടായി പറഞ്ഞു.

'നമുക്ക് കുട്ടികളുടെ വീടുകളിലേക്ക് പോകണം അവിടെച്ചെന്ന് അവരുടെ വീട്ടിലെ സാഹചര്യങ്ങളും ജീവിതരീതിയും മനസ്സിലാക്കി അവരുടെ ലഹരിയിലേക്കുള്ള വഴി കണ്ടെത്തി അതിനെ നശിപ്പിക്കണം.'

അദ്ധ്യാപകരെ ഗ്രൂപ്പുകളായി തിരിച്ചു.

മനോജ് മാഷിന്റെ നേതൃത്വത്തിൽ മൂന്നു പേർ വിശാഖിന്റെ വീട്ടിലേക്കും, സാവിത്രിയമ്മ ടീച്ചറിന്റെ നേതൃത്വത്തിൽ മൂന്നു പേർ ശരണ്യയുടെ വീട്ടിലേക്കും, ലിസ ടീച്ചറും കൂട്ടരും ആനന്ദിന്റെ വീട്ടിലും, അരവിന്ദൻ സാറും സഹപ്രവർത്തകരായ മൂന്നു പേർ ചേർന്ന് റെസ്വാന്റെ വീട്ടിലേക്കും, ഫാത്തിമ ടീച്ചറും മറ്റു മൂന്നു പേരും ആന്റോ ജോസഫിന്റെ വീട്ടിലേക്കും പോകാൻ ധാരണയായി.

ഹെഡ്മാസ്റ്ററുടെ കസേരയിൽ ഒന്നു ചാരിയിരുന്ന് മുഖംപൊത്തി നിവർന്നപ്പോൾ തന്റെ മുന്നിൽ അതുവരെക്കണ്ട ശൂന്യത അപ്രത്യക്ഷമായ പ്രതീതി. ഇപ്പോൾ എന്തൊക്കെയോ തിരിച്ചു കിട്ടിയ ആത്മവിശ്വാസം. തന്റെ കുട്ടികളുടെ മേൽ പതിച്ച കരിനിഴൽ മാഞ്ഞു പോയപ്പോൾ ലഭിച്ച സന്തോഷം. ഇനി അത്തരം പ്രതിസന്ധികളിലേക്ക് എത്തപ്പെടരുത് എന്ന ജാഗ്രത ഇതെല്ലാം ആ മനസ്സിലൂടെ മിന്നിമാഞ്ഞു.

സ്കൂളിന്റെ പടിയിറങ്ങി വീടിന്റെ പടി കയറിയപ്പോഴും ആ മനസ്സ് മന്ത്രിച്ചത് തന്റെ കുഞ്ഞുങ്ങളെ ഇതിൽ നിന്നും രക്ഷപ്പെടുത്തുന്നതിനെക്കുറിച്ചായിരുന്നു.

'എന്തായി സ്കൂളിലെ കാര്യങ്ങൾ?' വീട്ടിലുള്ളവർക്കും ആകുലതയുണ്ട്.

ഭാര്യയോട് വിഷയങ്ങൾ വിവരിച്ചപ്പോൾ നേരം സന്ധ്യ കഴി

ഞ്ഞിരുന്നു. കുട്ടികളുടെ വീടുകളിലേക്ക് പോയ അദ്ധ്യാപകരെ വിളിച്ച് വിവരങ്ങൾ അന്വേഷിച്ച ഹെഡ്മാസ്റ്റർ പിറ്റേന്നു രാവിലെ, എല്ലാം ചർച്ച ചെയ്ത് പരിഹാരം കാണാമെന്ന തീരുമാനത്തിലെത്തി.

പിറ്റേദിവസത്തിലെ പ്രഭാതസൂര്യന് പൊൻതിളക്കമായിരുന്നു

എന്താവേശമായിരുന്നന്നോ സുരേഷ് സാറിന്.

കുളിക്കുന്നു, കുറി തൊടുന്നു സ്കൂളിലെത്തി പതിവു കാര്യങ്ങളിൽ ഇടപെടുന്നു...

അപ്പോഴാണ് മൊബൈൽ റിങ് ചെയ്തത്, എടുത്തപ്പോൾ കൃഷ്ണകുമാർ ആണ്. തലേന്നു പിടികൂടിയവനെ ചോദ്യം ചെയ്തതിൽ നിന്നും ലഭിച്ച വിവരങ്ങൾ ഞെട്ടിക്കുന്നതായിരുന്നു. അവന്റെ വീട് റെയ്ഡ് ചെയ്ത് പിടിച്ച സാധനങ്ങൾക്ക് മാർക്കറ്റിൽ ലക്ഷങ്ങൾ വില വരും. അവൻ നൽകിയ വിവരങ്ങളിൽ നിന്നും മറ്റു രണ്ടു പേരേക്കൂടി അറസ്റ്റ് ചെയ്തു കഴിഞ്ഞു. സ്കൂളിലെ കുട്ടികളിൽ അഞ്ചു പേർ മാത്രമേ ഉൾപ്പെട്ടിട്ടുള്ളു എന്നാണ് അവൻ പറയുന്നത്. എന്നാലും ഒന്നു കൂടി ശ്രദ്ധിക്കണേ എന്നു പറഞ്ഞാണ് അദ്ദേഹം ഫോൺ വച്ചത്.

അസംബ്ലി കഴിഞ്ഞ് ഗൃഹസന്ദർശനം നടത്തിയ അദ്ധ്യാപകർ കമ്പ്യൂട്ടർ ലാബിൽ ഒത്തുകൂടി.

ഹെഡ്മാസ്റ്ററുടെ സാന്നിദ്ധ്യത്തിൽ അവർക്കു കിട്ടിയ വിവരങ്ങൾ പരസ്പരം പങ്കുവച്ചു. ഫാത്തിമ ടീച്ചർ, ആന്റോയുടെ വീടു സന്ദർശന അനുഭവം പങ്കുവച്ചു.

ആന്റോ ജോൺ കൂലിപ്പണിക്കാരനായ അച്ഛന്റേയും തൊഴിലുറപ്പു തൊഴിലാളിയായ അമ്മയുടേയും മകനാണ്. ഒരു അനുജത്തി കൂടി ഉണ്ട്. അന്നന്നു കിട്ടുന്ന കൂലിയിൽ നിന്നും ഒരു നല്ല ഭാഗം മദ്യത്തിനു വേണ്ടി ചിലവഴിക്കുന്ന അച്ഛൻ. മദ്യപിച്ച് ലക്കുകെട്ട് വീട്ടിൽ ദിവസവും ബഹളമുണ്ടാക്കുക എന്നുള്ളത് അച്ഛന്റെ സ്ഥിരം ജോലിയാണ്. അച്ഛനോടും അമ്മയോടും വിവരങ്ങൾ തിരക്കി അറിഞ്ഞ ഫാത്തിമ ടീച്ചർ, സഹോദരിയിൽ നിന്നും കൂടുതൽ കാര്യങ്ങൾ അറിഞ്ഞു. മദ്യപിച്ച് ലക്കുകെട്ട വരുന്ന അച്ഛന്റെ പോക്കറ്റിൽ നിന്നും സ്ഥിരമായി ആന്റോ ചേട്ടൻ പൈസ എടുക്കാറുണ്ട് എന്ന വിവരം അനുജത്തി, ഫാത്തിമ ടീച്ചറെ അറിയിച്ചു. തൊട്ടടുത്ത വീടുകളിൽ നിന്നും ചില ചില്ലറ മോഷണങ്ങൾ നടത്തിയുമാണ് ഇതിനൊക്കെ പണം കണ്ടെത്തുന്നത് എന്ന് അവളിലൂടെ ഫാത്തിമ ടീച്ചറും കൂട്ടുകാരും അറിഞ്ഞു. ജീവിതത്തിന്റെ

പ്രാരാബ്ദങ്ങളിൽ സ്വന്തം മകനെയും മകളെയും ശ്രദ്ധിക്കാൻ സമയമില്ലാതെ, അവർക്ക് മൂന്നു നേരത്തെ അന്നം കൊടുക്കാൻ വേണ്ടി രാപ്പകൽ പാടുപെടുന്ന അമ്മയ്ക്ക് താങ്ങും തണലും ആകേണ്ട മകനാണ് നീ എന്ന കാര്യം ഫാത്തിമ ടീച്ചർ പറഞ്ഞപ്പോൾ അവൻ തലകുനിച്ചു കേട്ടുനിന്നു.

വാപ്പ മരിച്ചശേഷം ദുഃഖം അറിയിക്കാതെയാണ് റസ്വാനെ അമ്മ വളർത്തുന്നത്. ഒരു കടയിൽ സെയിൽസിനു പോയി കിട്ടുന്ന തുച്ഛമായ വരുമാനമാണ് ആ വീടിന്റെ ഏക ആദായം. ഇതു മനസ്സിലാക്കി തന്നെയാണ് അവന്റെയും ജീവിതം. ഒരു സാധാരണ കുടുംബത്തിൽ പിറന്ന കുട്ടി എന്നുള്ള നിലയിൽ ചെറുപ്പം മുതലേ ചില ചെറിയ ജോലികൾക്ക് അവൻ പോകാൻ തുടങ്ങി. ചില വീടുകളിൽ സാധനങ്ങൾ എത്തിച്ചു കൊടുക്കുക, ഹോട്ടലിലേക്ക് ആവശ്യമായിട്ടുള്ള ജോലികൾ ചെയ്തു കൊടുക്കുക, തുടങ്ങിയ ജോലികളിലൂടെ സമ്പാദിക്കുന്ന പണത്തിന് ഒരു ഭാഗം എടുത്തിട്ടാണ് ഈയിടയായി അവൻ അമ്മയുടെ കൈയ്യിൽ കൊടുക്കുന്നത്. ആ പണമാണ് ഡ്യൂക്ക് ചേട്ടൻ കൊടുക്കുന്ന മരുന്നിനായി അവൻ ചെലവാക്കിയത്. ആ തെറ്റ് അവൻ തിരിച്ചറിയുന്നുണ്ട് ഇപ്പോൾ. അവൻ ഉമ്മയുടെ കാല് തൊട്ട് ഇനി ആവർത്തിക്കില്ല എന്ന് പറഞ്ഞു കരഞ്ഞ കാര്യം അരവിന്ദൻ സാർ പറഞ്ഞപ്പോൾ ആ മീറ്റിംഗിൽ പരിപൂർണ്ണ നിശബ്ദതയായിരുന്നു.

'ആനന്ദിന്റെ വീടുമായി എനിക്ക് ബന്ധമുള്ളതുകൊണ്ട് എന്താണ് പ്രശ്നമെന്ന് എനിക്ക് പെട്ടെന്ന് മനസ്സിലാവില്ല. അതാ ലിസ ടീച്ചറേ ഞാൻ വരാതിരുന്നത്.' സുരേഷ് സാർ പറഞ്ഞു. ടീച്ചർ ആനന്ദിന്റെ വീട്ടിലെ കാര്യങ്ങൾ പങ്കുവച്ചു.

ജോലിക്കാരായ അച്ഛനമ്മമാരുടെ ഏക മകൻ. അവനിലാണ് അവരുടെയെല്ലാം പ്രതീക്ഷകൾ. പക്ഷേ, സ്വന്തം ജോലിത്തിരക്കിനിടയിൽ മകനെ ശ്രദ്ധിക്കാൻ അവർക്ക് കഴിയുന്നില്ല. അവന്റെ ആവശ്യങ്ങൾ നിറവേറ്റാൻ മത്സരമാണ് ഈ രക്ഷകർത്താക്കൾ തമ്മിൽ. പഠനത്തിൽ മിടുക്കനാണ് ആനന്ദ്. പഠന കാര്യത്തിൽ വിട്ടുവീഴ്ചക്ക് മാതാപിതാക്കൾ തയ്യാറല്ല. അങ്ങനെയിരിക്കെയാണ് കോളേജിൽ പഠിക്കുന്ന പരിചയക്കാരനായ ചേട്ടൻ സ്ട്രസ് കുറയാനും പഠിക്കാനുമായിട്ടാണ് ആദ്യമായി അവനു മരുന്നു കൊടുത്തത്. ആദ്യം വെറുതേ കൊടുക്കുകയായിരുന്നു. പിന്നീടാണ് ഒരു വാട്സ്ആപ്പ് ഗ്രൂപ്പിൽ അവനെ ചേർക്കുകയും ഡ്യൂക്കിൽ വരുന്ന ചേട്ടനെ മരുന്നിനായി സമീപിക്കാൻ ആവശ്യപ്പെടുകയും

ചെയ്തത്. ആ ഗ്രൂപ്പിൽ വന്നിരുന്ന ചില വീഡിയോകൾ കണ്ടാണ് ശ്രുതിയോട് അവൻ ചില അനാവശ്യ പെരുമാറ്റം നടത്തിയത്. മരുന്നു വാങ്ങാനുള്ള പണം, അച്ഛനും അമ്മയും കൊടുക്കുന്ന പോക്കറ്റ് മണിയിൽ നിന്നും കണ്ടെത്താൻ തുടങ്ങി. അതും പറഞ്ഞ് ആനന്ദ് വിതുമ്പിക്കരഞ്ഞു. പിന്നെ ശ്രുതി പോസിറ്റീവ് ആയി പ്രതികരിക്കുന്നില്ല എന്നത് അവന് വല്ലാത്ത ടെൻഷൻ ഉണ്ടാക്കുന്നു. മരുന്ന് ഉപയോഗിക്കുമ്പോൾ അവന് വലിയ ധൈര്യം തോന്നും. അതു കാരണമാണ് അവൻ വീണ്ടും ആ തെറ്റ് തുടർന്നത്.

'സാറേ പാവമാ അവൻ. രക്ഷപെടുത്തണം നമുക്ക്.'

ലിസടീച്ചറുടെ വിതുമ്പൽ എല്ലാവരേയും ദുഃഖത്തിലാഴ്ത്തി.

എല്ലാത്തിൽ നിന്നും തികച്ചും വ്യത്യസ്തമായി സാവിത്രിയമ്മ ടീച്ചറുടെ വാക്കുകൾ.

പട്ടാളക്കാരനായ ശരണ്യയുടെ അച്ഛൻ ഇപ്പോൾ സെക്യൂരിറ്റി പണിക്കായി പോകുന്നു. ന്യൂറോ സംബന്ധമായ അസുഖത്തിന് മരുന്നു കഴിക്കുന്ന അമ്മ. ഒരു ഇളയ സഹോദരൻ ഇതാണ് അവളുടെ കുടുംബം. ഓൺലൈൻ ക്ലാസ്സിനു വേണ്ടി വാർഡ് മെമ്പർ വാങ്ങി നൽകിയ ഫോൺ സ്ഥിരമായി ഉപയോഗിക്കന്ന കുട്ടിയാണവൾ. അവൾക്ക് ഫേസ്ബുക്കിലും ഇൻസ്റ്റാഗ്രാമിലും അക്കൗണ്ട് ഉണ്ട്. ചാറ്റിംഗിലൂടെ പരിചയപ്പെട്ട കോളേജിൽ പഠിക്കുന്ന ചേട്ടനുമായി പ്രണയത്തിലാണവൾ. ചേട്ടൻ അവളെ കാണാനായി ദൂരെ നിന്നും ബൈക്ക് ഓടിച്ച് എത്താറുണ്ട്. വൈകുന്നേരത്ത് ജോലിക്കു പോകുന്ന അച്ഛൻ, ന്യൂറോ മരുന്നു കഴിച്ചുറങ്ങുന്ന അമ്മ, പിന്നെ ഒരു ചെറിയ അനുജൻ, വീട്ടിലെ അവസ്ഥ മനസ്സിലാക്കിയ അവളുടെ കാമുകൻ രാത്രികാലങ്ങളിൽ വീട്ടിൽ വന്നു പോകാൻ തുടങ്ങി. അവന്റെ ഫോണിൽ അവളൊരു നഗ്ന ചിത്രമായി ഒതുങ്ങിയപ്പോൾ പിന്നെ ഭീഷണിയായി. അച്ഛൻ കഷ്ടപ്പാടുകൾക്കിടയിലും വാങ്ങി നൽകിയ സ്വർണ്ണമാല കാമുകന് കൊടുത്തിട്ട് അവൻ കൊടുത്ത റോൾഡ് ഗോൾഡാണ് ഇപ്പോൾ അവളുടെ കഴുത്തിൽ എന്നറിഞ്ഞപ്പോൾ ആ മാതാപിതാക്കളുടെ ഹൃദയം നുറുങ്ങിയ സംഭവം വിവരിച്ച സുഷമ ടീച്ചർ ഏങ്ങലടിച്ചു കരയുകയായിരുന്നു.

വിശാഖിന്റെ ജീവിതം മറ്റൊന്നാണ്. അവൻ താമസിക്കുന്നത് അപ്പൂപ്പന്റെയും അമ്മൂമ്മയുടെയും കൂടെയാണ്. അച്ഛനമ്മമാർ ദൂരെജോലി സ്ഥലത്താണ്. മകന്റെ സന്തോഷത്തിനായി അവർ

എന്നും വീഡിയോകോൾ ചെയ്യാറുണ്ട്. പിന്നീടുള്ള അവന്റെ സന്തോഷം ഫോണും അവരുടെ കൈയ്യിൽ നിന്നു കിട്ടുന്ന പണവുമാണ്.

കഴിഞ്ഞ കുറേ ദിവസങ്ങളായി അപ്പൂപ്പൻ വച്ചിരിക്കുന്ന പൈസയിൽ കുറവു വന്നപ്പോൾ അത് ഓർമ്മപ്പിശകാണെന്ന് അമ്മുമ്മ പറഞ്ഞ കാര്യം അപ്പൂപ്പന് ഓർമ്മ വന്നു. ആ പണമാണ് മരുന്നു കൊടുക്കുന്ന ചേട്ടന് അവൻ നൽകിയത്. പക്ഷേ, എന്റെ സാറന്മാരേ എത്ര ചോദിച്ചിട്ടും അവന് ആരാണിത് കൊടുക്കുന്നത് എന്നു മാത്രം അവൻ പറഞ്ഞില്ല. ആ ചേട്ടന്റെ പേരും അവന് അറിയില്ല.

'അത് അറിയണമല്ലോ സാറേ'. എന്ന് ഹെഡ്മാസ്റ്റർ പറഞ്ഞപ്പോൾ, 'നമ്മൾ കണ്ടെത്തും സാറേ, നമ്മുടെ പിള്ളേരാണ് അങ്ങനെ ഒരുത്തനും വിട്ടുകൊടുക്കില്ല.' എന്ന ഫാത്തിമ ടീച്ചറുടെ വാക്കുകൾക്ക് കാരിരുമ്പിന്റെ കരുത്തായിരുന്നു.

00

അധ്യായം പത്ത്

ആത്മവിശ്വാസം നൽകിയ ആവേശവുമായി ദൃഢനിശ്ചയത്തോടെ അദ്ധ്യാപകർ ക്ലാസ്സുകളിലെത്തി. തങ്ങളുടെ മുന്നിലിരിക്കുന്ന കുട്ടികളിൽ അവരോരോരുത്തരും സ്വന്തം കുഞ്ഞുങ്ങളെ കണ്ടു.

'മക്കളേ നമുക്ക് പഠിക്കണം, ജീവിതത്തിൽ നല്ല നിലയിലാകണം, സ്വയം ഉയരണം, അതിനാണു പഠിക്കുന്നത്. നിങ്ങളുടെ മാതാപിതാക്കൾക്ക് നിങ്ങളിൽ ഒരുപാടു പ്രതീക്ഷകളുണ്ട്. അത്തരം പ്രതീക്ഷകൾക്ക് മികവേകാൻ ആദ്യം നമുക്ക് നല്ല മനുഷ്യന്മാരായി വളരാനാകണം. സ്വഭാവശുദ്ധിയുള്ള, നാടിനെ സ്നേഹിക്കുന്ന കുട്ടികളായി നിങ്ങൾ വളരണം.' അദ്ധ്യാപകരുടെ ഈ വാക്കുകൾ കുട്ടികളിലുളവാക്കിയ ആത്മവിശ്വാസം വളരെ വലുതായിരുന്നു.

എല്ലാവരും സന്തോഷത്തോടെ അന്നു വിദ്യാലയത്തോടു വിടപറഞ്ഞെങ്കിലും ഹെഡ്മാസ്റ്ററുടെ മനസ്സ് കലുഷിതമായിരുന്നു. എന്തൊക്കെയോ അറിയാനുള്ള ആകാംക്ഷയോടെ ഫോൺ എടുക്കുന്നു, പലരേയും വിളിക്കുന്നു... എന്നാൽ ഒരു ഫോൺ വിളികൾക്കും ആ മനസ്സിനെ ശാന്തമാക്കാൻ കഴിഞ്ഞില്ല. 'എന്താണെന്നറിയില്ല രാവിലെ മുതൽ കൃഷ്ണകുമാറിനെ ഫോണിൽ കിട്ടുന്നില്ല. എന്തു പറ്റി, ഇനി വല്ല പ്രശ്നവും ....'

മനസ്സിലെ ചിന്തകൾ ക്ലോക്കിലെ സൂചിയെ അതിന്റെ ചലനത്തിൽ നിന്ന് പിൻതിരിപ്പിച്ചില്ല. 'അയ്യോ അഞ്ചരയായോ!' പെട്ടെന്ന് ഓഫീസ്സു പൂട്ടി നേരേ വീട്ടിലേക്കു ചെന്നു സുരേഷ് സാർ.

'കുറച്ചു ദിവസമായി നിങ്ങളെ ശ്രദ്ധിക്കുന്നു. ഇതുവരെ തീർന്നില്ലേ നിങ്ങളുടെ സ്കൂളിലെ പ്രശ്നങ്ങൾ?' ഭാര്യയ്ക്ക് ചോദിക്കാതിരിക്കാൻ കഴിഞ്ഞില്ല. അത്രയ്ക്ക് സുരേഷ് സാറിന്റെ മനസ്സും ശരീരവും ക്ഷീണിതമായിരുന്നു.

'ടി.വി തുറന്നപ്പോൾ സെൻസേഷണൽ ന്യൂസുമായി ചാനൽ രാജാക്കന്മാർ രംഗത്ത്'.

ഫ്ളാഷ് ന്യൂസുകൾക്കിടയിൽ മിന്നി മറഞ്ഞു. 'മിത്രപുരത്തു നിന്നും അറസ്റ്റിലായവർ മയക്കുമരുന്നു ലോബിയുടെ നേരിട്ടുള്ള കണ്ണികൾ; മൂന്നു പേർ അറസ്റ്റിൽ'.

'ഫോണിന്റെ നീണ്ട ബെല്ലു കേട്ട് ഞെട്ടി ഫോണെടുത്തപ്പോൾ കൃഷ്ണകുമാർ. ഫ്ളാഷ് ന്യൂസ് സ്ഥിരീകരണമുണ്ടായി. ഇന്ന് തിരക്കായിരുന്നു സുരേഷേ തന്നെയുമല്ല കമ്മീഷണറുടെ അടിയന്തിര മീറ്റിംഗും. ഫോൺ ഓഫായിരുന്നു.'

സ്കൂളിലെ അദ്ധ്യാപകർ കണ്ടെത്തി ക്രോഡീകരിച്ച വിവരങ്ങൾ ഹെഡ്മാസ്റ്റർ സുരേഷ് സാറിനെ ധരിപ്പിച്ചു. 'പാവം പെങ്കൊച്ച് ഇങ്ങനെ വരെ സംഭവിച്ചല്ലേ, ഏതായാലും ഇപ്പോഴെങ്കിലും അറിഞ്ഞത് നന്നായി, ഇല്ലെങ്കിൽ അവന്മാരുടെ വലയിൽ ആയിപ്പോയേനേ.'

'പക്ഷേ, എന്റെ വിശാഖ് അവനെ വഴിതെറ്റിച്ചവന്മാരെക്കുറിച്ച് പറഞ്ഞില്ലടാ, അവനറിയില്ല അവന് ഒരു ചേട്ടനാ മരുന്ന് കൊടുക്കുന്നത്, വേറൊന്നും അറിയില്ല എന്നു മാത്രമേ പറഞ്ഞുള്ളു. എന്തു ചെയ്യും നമ്മൾ?'

'കിട്ടുമെടാ നമ്മുടെ കയ്യിൽ വന്നു ചാടാതെ ഇവന്മാര് പോകുമോ?'

കൃഷ്ണകുമാറിന്റെ വാക്കുകളിൽ ആശ്വാസം കണ്ടെത്തി, ആ രാത്രി സുരേഷ് സാർ കഴിച്ചുകൂട്ടി.

ഒപ്പം, അഞ്ചു കുട്ടികളുടെ വീട്ടിലും വിളിച്ച് വിവരങ്ങൾ തിരക്കാനും മറന്നില്ല.

അന്നു പ്രഭാതത്തിലെ സാറിന്റെ ചിന്ത, വിശാഖിനോട് ചോദിച്ച് കൂടുതൽ വിവരങ്ങൾ അറിയണമെന്നായിരുന്നു. സാർ വളരെ നേരത്തേ സ്കൂളിലെത്തി.

'സാർ'

വിളി കേട്ട് തിരിഞ്ഞു നോക്കി, 'എന്താടാ ജഗത്തേ ഇന്നു നേരത്തേയിങ്ങ് പോന്നോ, എന്തു പറ്റി?'

'സാറേ രാവിലെ ട്യൂഷനുള്ളതാ, ഇന്നു കയറിയില്ല.'

'എന്താടാ?'

നീയിങ്ങ് കയറിവാ... ഓഫീസിലേക്ക് കയറുന്ന കൂട്ടത്തിൽ സാറു പറഞ്ഞു.

തെല്ല് പേടിയോടെ അവൻ ഓഫീസ് മുറിയിൽ കയറി ഹെഡ്

മാസ്റ്ററിന്റെ മുന്നിലെ കസേരയിൽ ഇരുന്നു.

എന്തു പറ്റിയെടാ നിനക്ക്? എന്തായാലും ധൈര്യമായി പറയ് എന്ന വാക്കു കേട്ട ജഗത്തിന് അല്പം ആത്മവിശ്വാസം വന്നു.

അവൻ പറഞ്ഞു, 'എല്ലാ ദിവസവും നമ്മുടെ പഞ്ചായത്ത് സ്റ്റേഡിയത്തിൽ ഞങ്ങള് കളിക്കാൻ പോകാറുണ്ട്. വല്യ അണ്ണന്മാരും അവിടെ കളിക്കാൻ വരാറുണ്ട്. വിശാഖും നമ്മുടെ സ്കൂളിലെ മറ്റ് കുട്ടികളും അവിടെ കളിക്കും സാറേ. വല്യ അണ്ണന്മാര് ഞങ്ങളെ അവരുടെ കൂട്ടത്തിൽ കളിപ്പിക്കാറില്ല. പക്ഷേ കഴിഞ്ഞ ഒരാഴ്ചയായി ഒരണ്ണൻ വിശാഖിനെ അവരുടെ ടീമിൽ കളിക്കാൻ വിളിച്ചോണ്ട് പോകും. അതുതന്നെയല്ല സാറേ, ഞങ്ങള് ട്യൂഷനു പോകുമ്പോഴും ആ അണ്ണൻ വിശാഖിനെ വണ്ടിയിൽ കയറ്റി കൊണ്ടു പോകാറുണ്ട്. രണ്ട് ദിവസമായിട്ട് ആ അണ്ണൻ ഗ്രൗണ്ടിൽ വെച്ചും ട്യൂഷൻ സെന്ററിന്റെ മുമ്പിൽവെച്ചും എന്നോട് ചോദിച്ചു വിശാഖ് ഇന്നു വന്നില്ലേ എന്ന്. എനിക്ക് പേടി തോന്നി സാറേ, ചിലപ്പോൾ ആ അണ്ണനായിരിക്കും വിശാഖിന് മരുന്ന് കൊടുത്തത്.'

ഇന്നു നീ അവനെ കണ്ടോ എന്ന ചോദ്യത്തിന് പേടിച്ചാണവൻ മറുപടി പറഞ്ഞത്, 'ഞാൻ ദൂരെ നിന്നേ ആ അണ്ണനെ കണ്ടു. അതുകൊണ്ടാ ട്യൂഷന് കേറാതെ ഇവിടെ വന്നുനിന്നത്. സാറേ ആ അണ്ണൻ തന്നെയാ എനിക്കുറപ്പാ.'

'എടാ ഇന്ന് വിശാഖ് ട്യൂഷനു പോയിട്ടുണ്ടോ?'

'അറിയില്ല സാറേ ...'

വിശാഖിന്റെ വീട്ടിലേക്ക് വിളിച്ച് വിശാഖിന്റെ അപ്പൂപ്പനോട് മോൻ വീട്ടിൽ തന്നെയുണ്ടെന്ന് ഉറപ്പാക്കി.

'ഇനി അവനെ കണ്ടാൽ നീ അറിയുമോ.'

അറിയാം എന്നു പറഞ്ഞ് ഒരു ദീർഘനിശ്വാസത്തോടെ ജഗത്ത് കസേരയിൽ നിവർന്നിരുന്നു.

'എടാ ജഗത്തേ നീ ഇനി അവനെ എവിടെ കണ്ടാലും എന്നെ വിവരമറിയിക്കണേ, എന്റെ ഫോൺ നമ്പർ അറിയില്ലേ?' സുരേഷ് സാർ ചോദിച്ചു. മറുപടിയായി അറിയാമെന്നവൻ പറഞ്ഞു.

സ്കൂളിലെ പതിവു പ്രവർത്തനങ്ങൾ നടക്കുന്നതിനിടയിൽ പി.ടി.എ പ്രസിഡന്റ് സ്കൂളിലെത്തി. ഹെഡ്മാസ്റ്ററുമായി സ്കൂളിലെ പ്രശ്നങ്ങൾ ചർച്ച ചെയ്തു. സ്കൂളിൽ നടന്ന സംഭവങ്ങളും അതിനു സ്വീകരിച്ച നടപടികളും അദ്ദേഹം പി.ടി.എ പ്രസിഡന്റിനെ അറിയിച്ചു.

'സാറേ നമ്മുടെ സ്കൂളിൽ ഒരു സിസിടിവി ക്യാമറാ വെച്ചാ

ലോ? പിടിഎ യോഗത്തിൽ ഞാൻ അവതരിപ്പിച്ച് അനുമതി വാങ്ങിക്കൊള്ളാമെന്നു അദ്ദേഹം സമ്മതിച്ചു.

സാർ എന്തുണ്ടെങ്കിലും വിളിച്ചോളു, ഞാൻ കൂടെയുണ്ടാകുമെന്ന ഉറപ്പുകൊടുത്ത് പി.ടി.എ പ്രസിഡൻറ് പോയി. സാർ ജോലികളിൽ തിരക്കിലായി. ഈ സമയം,

'സാർ' എന്ന വിളി കേട്ട് തല ഉയർത്തി നോക്കിയപ്പോൾ വന്നവർ പരിചയപ്പെടുത്തി, 'ഞങ്ങൾ വിശാഖിന്റെ അച്ഛനും അമ്മയുമാണ്. അച്ഛൻ വിളിച്ചു പറഞ്ഞാണു ഞങ്ങൾ വിവരമറിഞ്ഞത്. കേട്ടപ്പോഴേ തിരിച്ചു. രാവിലെയാണ് എത്തിയത്. മോന് എന്താ സാറേ പറ്റിയത്?'

കുട്ടികളുടെ വളർച്ചയിൽ മാതാപിതാക്കൾ വഹിക്കേണ്ട പങ്കിനെക്കുറിച്ചും, സ്വഭാവരൂപീകരണത്തിലുണ്ടാകേണ്ട ജാഗ്രതയെക്കുറിച്ചും സുരേഷ് സാർ അവരെ ഓർമ്മിപ്പിച്ചു. കാലത്തിന്റെ പ്രത്യേകത ഓർമ്മിപ്പിച്ച സുരേഷ് സാറിനോട്,

ലോംങ്ങ് ലീവ് എടുത്താ സാറേ ഞങ്ങൾ ഇന്നു വന്നത്. ഇനി അവർ രണ്ടു പേരും സ്ഥലംമാറ്റം വാങ്ങി ഇവിടെ മോന്റെ കൂടെ താമസിക്കാനാണ് തീരുമാനമെന്ന് ഇടറിയ സ്വരത്തിലാണ് വിശാഖിന്റെ അച്ഛൻ പറഞ്ഞത്. മകൻ കൈവിട്ടു പോകും മുൻപു തിരിച്ചു പിടിക്കാനായതിന്റെ ആശ്വാസം ആ അച്ഛന്റെ വാക്കുകളിൽ ഉണ്ടായിരുന്നു. അവർ കുറച്ചു നേരം കൂടി സംസാരിച്ചിരുന്ന ശേഷം മടങ്ങി.

ക്ലാസ്സിൽ ഇരുന്ന ജഗത്തിന്റെ ചിന്ത മുഴുവൻ ഈ സമയം, വൈകുന്നേരത്തെ കളിക്കളത്തിലായിരുന്നു.

ഓടി വീട്ടിലെത്തി ചായ കുടിച്ചെന്നു വരുത്തി നേരേ മൈതാനത്തേക്ക്. മുൻസിപ്പൽ മൈതാനത്ത് കളിക്കാരെത്തുന്നതേയുള്ളു. ഇന്ന് കളിക്കുന്നില്ല, കളിക്കാനിറങ്ങിയാൽ അതിലാവും ശ്രദ്ധ. മൈതാനത്തിന്റെ ഒരറ്റത്ത് എല്ലാവരേയും കാണത്തക്ക തരത്തിലവനിരുന്നു. സമയം പോയതറിഞ്ഞില്ല. ആ അണ്ണൻ വരുന്നോയെന്നു നോക്കിയിരുന്നു സന്ധ്യയായി.

'ഛേ, ആ അണ്ണൻ ഇന്ന് വന്നില്ലല്ലോ.'

രാവിലെ പേടിച്ച് ട്യൂഷനുകയറാതിരുന്നവൻ..... ഇപ്പോൾ ആ അണ്ണനെ കാത്തിരിക്കുന്നു!

വീട്ടിലെത്തിയ ജഗത്തിന് അച്ഛന്റെ കയ്യിൽ നിന്നും താമസിച്ചു വന്നതിന് കണക്കിന് വഴക്ക് കേട്ടു.

'എടാ നമുക്ക് കടയിൽ വരെ പോയിട്ടു വരാം.' ജഗത്തിനെ

അച്ഛൻ വിളിച്ചു.

പെട്ടെന്ന് കൈയും മുഖവും കഴുകി ഉടുപ്പ് മാറി അച്ഛന്റെ വണ്ടിയിൽ ടൗണിലെ പലചരക്ക് കടയിലേക്ക്.

പെട്ടെന്നു തൊട്ടടുത്ത തട്ടുകടയിൽ പൊറോട്ട അടിക്കുന്ന ശബ്ദം കേട്ട് അവൻ അങ്ങോട്ടു നോക്കി.

'ജോസേട്ടാ നാലു പൊറോട്ടയും ഒരു ചിക്കൻഫ്രൈയും.' എന്നു പറഞ്ഞു കൊണ്ട് ജഗത്തന്വേഷിച്ചിരുന്ന, ആ അണ്ണൻ അവിടെ കിടന്ന ബഞ്ചിലിരിക്കുന്നു. തെല്ലു പേടിയോടെ അച്ഛന്റെ കൈയ്യിൽ നിന്നും ഫോൺ അവൻ വാങ്ങി.

'സുരേഷ് സാറേ ആ അണ്ണൻ ഇവിടെ തട്ടുകടയിലിരുപ്പുണ്ട്.'

'എടാ മോനേ അവനെ നീ നോക്കിക്കോണേ' എന്നു പറഞ്ഞ് സാർ ഫോൺ വച്ചു.

പിന്നെ എല്ലാം വേഗത്തിൽ കഴിഞ്ഞു.

'കയറടാ'.

നിമിഷനേരംകൊണ്ടു പറന്നെത്തിയ കൃഷ്ണകുമാർ സാറിന്റെ സഹപ്രവർത്തകർ ആ അണ്ണനെ തൂക്കി ജീപ്പിലാക്കി കൊണ്ടു പോയി.

അവിടെ കൂടിയ എല്ലാവരും പേടിയോടെ പകച്ചു നിന്നപ്പോൾ സുരേഷ് സാറു പറഞ്ഞത് അനുസരണയോടെ ചെയ്തു അഭിമാനത്തോടെ അച്ഛന്റെ ബൈക്കിന്റെ പുറകിലേക്ക് പുഞ്ചിരിയോടെ കയറി ജഗത്ത് വീട്ടിലേക്കു പോയി.

OO

അദ്ധ്യായം പതിനൊന്ന്

കൃഷ്ണകുമാറിന്റെ ഫോൺ വിളിയിൽ കിട്ടിയ ശുഭവാർത്ത, ഒരു മഞ്ഞുമലയുടെ അറ്റമാണെങ്കിൽ പോലും അതിനെ ഇല്ലായ്മ ചെയ്തതിലുള്ള സന്തോഷത്തോടെ ആ രാത്രി കടന്നു പോയി.

രാവിലെ പത്രം വരുന്നതും കാത്തു നിന്ന സുരേഷ് സാർ, പറന്നു വന്നു വീണ പത്രമെടുത്ത് പ്രാദേശികം പേജ് തിരഞ്ഞു. ആ തിരച്ചിലിനിടയിലും ആ മനസ്സിൽ അല്പം ആശങ്ക കടന്നു കൂടി. വാർത്തയുടെ ഇടയിലെങ്ങാനും സ്കൂളിന്റെ പേര്...

'ഹാവു സമാധാനമായി.'

അവസാന വാക്കും വായിച്ച ശേഷം സാർ ദീർഘശ്വാസമെടുത്തു.

സ്കൂൾ ബെല്ല് നീട്ടിയടിച്ചു.

അസംബ്ലിയ്ക്കായി കുട്ടികൾ എത്തിക്കഴിഞ്ഞു. അസംബ്ലിയിലെ പതിവു ചടങ്ങുകൾക്കു ശേഷം ഹെഡ്മാസ്റ്റർ കുട്ടികളോടു സംസാരിക്കാൻ തുടങ്ങി.

'നാമിന്ന് ജീവിക്കുന്ന സമൂഹം വളരെയധികം ചതിക്കുഴികൾ നിറഞ്ഞ ഒന്നാണ്. ഇന്ന് ലോകമാനവരാശിയുടെ ഏറ്റവും വലിയ വിപത്തായി ലഹരി മാറിയിരിക്കുന്നു. ലഹരിയെ പറ്റി പറയുമ്പോൾ എല്ലാത്തരം ലഹരികളും എതിർക്കപ്പെടേണ്ടതാണ് എങ്കിൽപ്പോലും, ഇന്ന് നാം ചിന്തിക്കുന്നത് മയക്കുമരുന്നിനെ കുറിച്ചുമാത്രമാണ്, നാം അങ്ങനെ ചിന്തിക്കുമ്പോൾ മദ്യമെന്ന മഹാവിപത്തിനെ ചെറുതായി കാണുന്നില്ല കേട്ടോ. അതും പാടില്ല, ഏറ്റവും അധികം ആൾക്കാരുപയോഗിക്കുന്ന മദ്യവും മയക്കുമരുന്നുകളും ഉൾപ്പടെ എല്ലാത്തരം ലഹരിപദാർത്ഥങ്ങളും നിരോധിക്കപ്പെടേണ്ടതാണ്. ഇന്നത്തെ പത്രത്തിലെ വാർത്ത ചിലരെങ്കിലും വായിച്ചു കാണും. നമ്മുടെ തൊട്ടടുത്തു നിന്നുപോലും മയക്കുമരുന്നു പിടികൂടിയിരിക്കുന്നു.

നമ്മുടെ സ്കൂളിനു മുൻവശത്തുള്ള കടയിൽ നിന്നുൾപ്പെടെ ഇത്തരം സാധനങ്ങളുടെ കച്ചവടക്കാരെ പിടികൂടിയിട്ടുണ്ട്. നമ്മുടെ സ്കൂളിലെ കുട്ടികൾ പുറത്തിറങ്ങുന്ന സമയത്തും നാം വളരെയധികം ശ്രദ്ധിക്കേണ്ടതാണ്. നമ്മുടെ സ്കൂളിലെ ചില കുട്ടികളെപ്പോലും അവർ കുടുക്കാൻ ശ്രമിച്ചു എന്നറിയുക. എന്നാൽ അവസരോചിതമായ ഇടപെടലിൽ നമുക്ക് അവരെ രക്ഷപെടുത്തിയെടുക്കാൻ സാധിച്ചിട്ടുണ്ട്. അതിന് അദ്ധ്യാപകരെ സഹായിച്ചത് ഈ സ്കൂളിലെ തന്നെയൊരു കുട്ടിയാണ്. എല്ലാവരും ഈ വിഷയത്തിൽ വളരെയധികം ജാഗ്രതയുള്ളവരാകണം. പലരീതിയിൽ അവർ നിങ്ങളുടെ മുന്നിൽ എത്തും. പഠിക്കാൻ പറ്റും, ഓർമ്മശക്തി കിട്ടും എന്നു തുടങ്ങി നൂറു നൂറു കള്ളം പറഞ്ഞാവും അവർ നമ്മളെ കുടുക്കുക. ഒരിക്കൽ ലഹരി ഉപയോഗിച്ചാൽ, കുട്ടികളേ, പിന്നെ നിങ്ങളുടെ ജീവിതം അവസാനിച്ചെന്നു കൂട്ടിയാൽ മതി.

നിങ്ങൾ ഒരു കഥ കേട്ടിട്ടില്ലേ? ആട്ടിൻ കുട്ടിയെ പിടിക്കാൻ ചെന്ന ചെന്നായയുടെ....

അമ്മ പറഞ്ഞതു കേൾക്കാതെ ചെന്നായയുടെ തേൻ പുരട്ടിയ വാക്കു കേട്ടു കൂടിനു പുറത്തിറങ്ങിയ ആട്ടിൻകുട്ടിക്ക് എന്താണു പറ്റിയത്? ഓർമ്മയില്ലേ? ആ ആട്ടിൻകുട്ടിയെ ചെന്നായ കടിച്ചു തിന്നു. അതു പോലെ ഒരു ചെന്നായ ആണ് ലഹരിമരുന്ന് വിതരണം ചെയ്യുന്നവർ. അവരെ ഭയക്കണം, അവരിൽ നിന്നും ഒഴിഞ്ഞു നിൽക്കണം. എന്റെ പൊന്നു കുഞ്ഞുങ്ങളേ, നിങ്ങളുടെ വീട്ടുകാർക്ക് നിങ്ങളേ ഉള്ളൂ... അതു മറക്കല്ലേ...

സുരേഷ് സാറിന്റെ വാക്കുകൾ അവർ ക്ഷമയോടെ കേട്ടുനിന്നു.

ക്ലാസ്സിൽ പഠനത്തിനിടയിലും അദ്ധ്യാപകർ സന്ദർഭത്തിനനുസരിച്ച് കുട്ടികളോട് കാര്യത്തിന്റെ ഗൗരവം പങ്കുവച്ചു.

ഉച്ചയ്ക്ക് ബെല്ലടിച്ചു ഒരാളും ഗേറ്റിനു വെളിയിൽ പോയില്ല.

ഉച്ചക്കു ശേഷം നടന്ന പത്താം ക്ലാസ്സിന്റെ ലഹരിമരുന്നു ബോധവത്കരണ ക്ലാസ്സിൽ അദ്ധ്യാപകരോടൊപ്പം എക്സൈസ്സ് ഓഫീസർ ശ്രീ. കൃഷ്ണകുമാർ, പ്രൈമറി ഹെൽത്ത് സെന്ററിലെ ഡോക്ടർ ശ്രീമതി അനു ജേക്കബ് എന്നിവർ പങ്കെടുത്തു.

ലഹരിപദാർത്ഥങ്ങൾ മനുഷ്യശരീരത്തിലുണ്ടാക്കുന്ന ആരോഗ്യപ്രശ്നങ്ങളെക്കുറിച്ച് ഡോക്ടർ സംസാരിച്ചു. ലഹരിപദാർത്ഥങ്ങൾ ആദ്യം ബാധിക്കുക തലച്ചോറിനേയാണ്. അവിടെ നിന്നും ഓരോരോ അവയവങ്ങളെ ഇത് ബാധിക്കുന്നു. ശരീരത്തിന്റെ സകലമാന നിയന്ത്രണങ്ങളും നഷ്ടപ്പെടുത്തി ക്രമേണ

അവനെ ഇല്ലാതാക്കുന്ന ഒരു നിശബ്ദ കൊലയാളിയായിട്ടാണ് ഇതു പ്രവർത്തിക്കുന്നത്. ലഹരി നമ്മെ മാത്രമല്ല നമ്മുടെ പരമ്പര കളെപ്പോലും ഇല്ലാതാക്കുമെന്ന വാക്കുകൾ കുട്ടികൾ ക്ഷമയോടെ കേട്ടിരുന്നു.

ലഹരി ഉണ്ടാക്കുന്ന സാമൂഹ്യപ്രശ്നങ്ങളെക്കുറിച്ചായിരുന്നു കൃഷ്ണകുമാർസാറിന് പറയാനുണ്ടായിരുന്നത്. മനസ്സിന് രണ്ടു തലങ്ങളാണുള്ളത്. ബോധമനസ്സും, ഉപബോധമനസ്സും. മനുഷ്യൻ ഒരു സാമൂഹ്യജീവിയായി ജീവിക്കുന്നത് മനസ്സിന്റെ ബോധതല ങ്ങളുടെ നിയന്ത്രണത്തിലാണ്. ബോധതലം പ്രവർത്തിക്കുമ്പോൾ ഉപബോധ തലം തമസ്കരിക്കപ്പെടുന്നു. ലഹരി ഉപയോഗിക്കുന്ന ഒരാളിന് ആദ്യം നഷ്ടപ്പെടുന്നത് മനസ്സിന്റെ ബോധതലമാണ്. അങ്ങനെ ബോധതലം നഷ്ടപ്പെടുമ്പോൾ ഉപബോധതലം ഉണർ ന്നെഴുന്നേൽക്കും. സമൂഹത്തെ പേടിച്ച് ഉപബോധതലത്തിൽ നാം ഒളിച്ചു വച്ചിരുന്ന പലതരം വാസനകളും പുറത്തുവരും. ലഹരി ഉപയോഗിക്കുന്ന ഒരാളെ നയിക്കുന്നത് ആ ആളിന്റെ ഉപബോധമ നസ്സാണ്. കൂടി വരുന്ന അക്രമവാസനകൾ, എന്നുവേണ്ടാ എല്ലാ ത്തരം സാമൂഹ്യവിരുദ്ധപ്രവർത്തനങ്ങളും ഇന്ന് ലഹരി മൂലം നമ്മുടെ നാട്ടിലുണ്ടാകുന്നു.'

തുടർന്ന് ഇതുമൂലമുണ്ടാകാനിടയുള്ള കേസ്സുകളെക്കുറിച്ചും അദ്ദേഹം കുട്ടികളെ ബോധവാന്മാരാക്കി. എല്ലാം കഴിഞ്ഞ് സ്കൂൾ വിട്ടു കുട്ടികൾ പോയിക്കഴിഞ്ഞ് ഗേറ്റിനടുത്തു നിന്നും ഓഫീസി ലേക്ക് വരുന്ന വരാന്തയിൽ ആനന്ദും, ആന്റോയും, റെസ്വാനും, വിശാഖും, ശരണ്യയും ഹെഡ്മാസ്റ്ററേ കാത്തു നിൽക്കുന്നുണ്ടാ യിരുന്നു.

'എന്താ കുഞ്ഞുങ്ങളെ നിങ്ങൾ വീട്ടിൽ പോയില്ലേ?'

'ഇല്ല സാർ, ഞങ്ങളെ വിളിക്കാൻ വീട്ടിൽ നിന്ന് ആള് വരും.'

'സാർ മാപ്പ്...'

ഞങ്ങൾ ചെയ്ത ഒരു വലിയ തെറ്റിനെ ഞങ്ങൾക്കു മനസ്സി ലാക്കി തിരുത്താൻ അവസരമുണ്ടാക്കിത്തന്ന സാർ ഞങ്ങൾക്ക് ദൈവമാണ്. ഇനി ഒരിക്കലും ഇത്തരം പ്രവർത്തനങ്ങളിലേക്ക് പോയി പെടില്ല. അതു പറയുമ്പോൾ കുട്ടികളുടെ തല കുനിഞ്ഞി രുന്നു.

'സമാധാനമായിരിക്ക് നിങ്ങൾ, പ്രായത്തിന്റെ പക്വതയില്ലായ്മ യാണ് നിങ്ങളെക്കൊണ്ടിങ്ങനെയൊക്കെ ചെയ്യിച്ചത്. ഇപ്പോൾ എന്റെ മുന്നിൽ തലകുനിച്ചു നിങ്ങൾ നിൽക്കുന്നില്ലേ? ഇനി ജീവി

ത്തിൽ ഒരിക്കലും ഒരാൾക്കു മുന്നിലും നിങ്ങളുടെ തല ഇങ്ങനെ കുനിഞ്ഞു നിൽക്കേണ്ടി വരരുത്. എനിക്കു വാക്കു തരണം.' സാറിന്റെ തൊണ്ട ഇടറി.

പെട്ടെന്ന് ആനന്ദ് സാറിന്റെ കാൽക്കലേക്കു വീണു പൊട്ടിക്കരഞ്ഞു. സാർ അവനെ പിടിച്ചെഴുന്നേൽപ്പിച്ചു. സാറിന്റെ കണ്ണും നിറഞ്ഞൊഴുകുന്നുണ്ടായിരുന്നു. അഞ്ചു പേരേയും ചേർത്തു പിടിച്ചു.

രക്ഷാകർത്താക്കൾ വന്നതോടെ അവർ മടങ്ങി.

സുരേഷ് സാർ ഓഫീസിലേക്കു കയറി.

ഓഫീസിന്റെ വാതിക്കൽ ജഗത്ത് ഉണ്ടായിരുന്നു.

'വാ മോനേയെന്നു പറഞ്ഞ് അവനെ അകത്തു കയറ്റി.'

ഫാത്തിമടീച്ചർ എല്ലാ അദ്ധ്യാപകരേയും ഓഫീസിലേക്ക് വിളിച്ചുകൊണ്ടുവന്നു.

'നാം ആരേയും നിസ്സാരരായി കാണരുത്. ജഗത്ത് നമ്മുടെ സ്കൂളിലെ ഏറ്റവും വികൃതിയായ കുട്ടിയാണ്. എന്നും അവനെക്കുറിച്ചുള്ള പരാതികളാണ് ഞാൻ കേൾക്കാറുള്ളത്. എന്നാൽ ഇന്ന് ജഗത്താണ് നമ്മുടെ സ്കൂളിന്റെ മാനംകാത്തതെന്നു പറയേണ്ടി വരും. അവന്റെ ശ്രദ്ധയോടെയുള്ള പെരുമാറ്റം കൊണ്ടാണ് ഇതൊക്കെ ഇത്രപെട്ടെന്നു വെളിച്ചത്തു കൊണ്ടുവരാനായത്. ഞാൻ നമ്മുടെ സ്കൂളിനു വേണ്ടി അവന് ഒരു സമ്മാനം നൽകുകയാണ്.'

സുരേഷ് സാർ നൽകിയ സമ്മാനപ്പൊതി അവൻ അഭിമാനത്തോടെ ഏറ്റുവാങ്ങി. ഇത്ര കാലത്തിനിടയിൽ ആദ്യമായി കിട്ടുന്ന അംഗീകാരം! നാളിന്നു വരെ അദ്ധ്യാപകരുടെ വായിൽ നിന്നും ഒരു നല്ല വാക്കു പോലും കേൾക്കാത്ത ജഗത്തിന് അത് അവിസ്മരണീയ മുഹൂർത്തമായി. അവൻ തന്റെ പ്രിയപ്പെട്ട ഹെഡ്മാസ്റ്ററെ ആലിംഗനം ചെയ്തു.

സ്കൂളിനെ ഗ്രസിച്ച ഒരു വലിയ വിപത്ത് തൽക്കാലത്തേക്കെങ്കിലും ഒഴിഞ്ഞു മാറിയിരിക്കുന്നു.

സുരേഷ് സാർ കണ്ണുതുടച്ചു.

ഒരു വലിയ ആശ്വാസം ആ മുഖത്തപ്പോൾ കാണപ്പെട്ടു.

ഠഠ

വിമുക്തിയെക്കുറിച്ച്

ലഹരിവസ്തുക്കളുടെ ഉപയോഗം ഇന്ന് നമ്മുടെ സമൂഹത്തിൽ വളർന്നു വന്നുകൊണ്ടിരിക്കുകയാണ്. വ്യക്തിയെയും സമൂഹത്തെയും ശിഥിലമാക്കുന്ന ലഹരി എന്ന ഈ വിപത്തിനെക്കുറിച്ച് ജനങ്ങൾക്ക് പ്രത്യേകിച്ചും യുവജനങ്ങൾക്ക് അവബോധം നൽകുന്നതിനായി കേരള സർക്കാർ ആരംഭിച്ച ലഹരി വിമുക്ത പ്രചരണ പരിപാടിയാണ് 'വിമുക്തി'. ലഹരി വസ്തുക്കളുടെ ഉപയോഗം പൂർണ്ണമായും ഇല്ലാതാക്കുക എന്ന ലക്ഷ്യം കേരള സർക്കാരും എക്സൈസ് വകുപ്പും കൂട്ടായ സാമൂഹിക പ്രവർത്തനങ്ങളിലൂടെ നടപ്പിലാക്കുകയാണ് വിമുക്തിയിലൂടെ.

ലഹരി വിമുക്ത കേരളം എന്നതാണ് വിമുക്തി മുന്നോട്ട് വെയ്ക്കുന്ന പ്രധാന ലക്ഷ്യം. വിദ്യാർത്ഥികളിലും, യുവതലമുറയിലും, പൊതു ജനങ്ങളിലും ലഹരിയുടെ ദൂഷ്യവശങ്ങളെക്കുറിച്ച് മനസ്സിലാക്കുന്നതിനുള്ള വിവിധ കർമ്മ പരിപാടികൾ എക്സൈസ് ഡിപ്പാർട്ട്മെന്റ് സംസ്ഥാന തലത്തിൽ നടപ്പിലാക്കി വരുന്നു. വിവിധ ഏജൻസികളുടെയും സന്നദ്ധ സംഘടനകളുടെയും കൂട്ടായ പ്രവർത്തനങ്ങളിലൂടെയാണ് വിമുക്തിയുടെ പ്രവർത്തനങ്ങൾ എക്സൈസ് വകുപ്പ് വിജയകരമായി നടപ്പിലാക്കുന്നത്. വിമുക്തിയുടെ കീഴിൽ സ്കൂൾ കോളേജ് തലങ്ങളിൽ പ്രവർത്തിക്കുന്ന ലഹരി വിമുക്ത ക്ലബ്ബുകൾ, സ്റ്റൂഡന്റ് പോലീസ് കേഡറ്റുകൾ, നാഷണൽ സർവ്വീസ് സ്കീമുകൾ, കുടുംബശ്രീ, റെസിഡൻസ് അസോസിയേഷനുകൾ, സംസ്ഥാന ലൈബ്രറി കൗൺസിൽ, ലഹരി വിമുക്ത ഓർഗനൈസേഷനുകൾ, വാർഡ്, പഞ്ചായത്ത്, ബ്ലോക്ക് തലങ്ങളിൽ പ്രവർത്തിക്കുന്ന സ്ത്രീകളുടെയും യുവാക്കളുടെയും വിദ്യാർത്ഥികളുടെയും കൂട്ടായ്മകൾ എന്നിവയിലൂടെ പ്രവർത്തനങ്ങളിലൂടെയാണ് വിമുക്തി മിഷൻ ലഹരിയ്ക്കെതിരെ പ്രവർത്തിക്കുന്നത്.

വിമുക്തിയുടെ സുഗമമായ നടത്തിപ്പിനായി ജില്ലാ, വാർഡ്, പഞ്ചായത്ത്, ലോക്കൽ സെൽഫ് ഗവെൺമെന്റ് തലങ്ങളിൽ വിവിധ കമ്മിറ്റികൾ രൂപീകരിച്ച് പ്രവർത്തിച്ചു വരുന്നു. വിമുക്തിയുടെ കീഴിൽ 14 ജില്ലകളിലും ലഹരി വിമുക്ത സെന്ററുകളും, തിരുവനന്തപുരം, കോഴിക്കോട്, എറണാകുളം എന്നീ ജില്ലകളിലെ ആരോഗ്യവകുപ്പിന്റെ കീഴിലുള്ള ഹോസ്പിറ്റലുകളിൽ കൗൺസിലിംഗ് സെന്ററുകളും വിമുക്തിയുടെ കീഴിൽ പ്രവർത്തിച്ചു വരുന്നു.

ഹെൽപ്പ് ഡെസ്ക് ഫോൺ : 0471-2322825, മൊബൈൽ : 9447178000, 9061178000, മെയിൽ: cru.excise@kerala.gov.in, ഐ.റ്റി. സെൽ: 0471-2335568

www.ingramcontent.com/pod-product-compliance
Lightning Source LLC
LaVergne TN
LVHW060149051026
849517LV00007B/2598
* 9 7 8 9 3 9 1 0 8 5 4 9 0 *